UPPSKRIFTSBÓK AF TROPICAL FIJI BRAGÐI

Faðmaðu einstaka samruna bragðtegunda
sem skilgreina matreiðslu Fídjieyja

Ármann Briem

Höfundarréttur Efni ©2023

Allt Réttindi Frátekið.

Nei hluta af þetta bók má vera notað eða send inn Einhver formi eða af Einhver þýðir án the almennilegur skrifað samþykki af the útgefanda og höfundarréttur eigandi, nema fyrir stutt tilvitnanir notað inn a endurskoðun. Þetta bók ætti ekki vera talið a staðgengill fyrir læknisfræðilegt, löglegt, eða annað faglegur ráðh.

EFNISYFIRLIT

EFNISYFIRLIT..3
KYNNING..7
Morgunmatur..8
1. Fídjieyjar kókosbollur..9
2. Fídjeyskt kókosbrauð..12
3. Fídjeysk hunangskaka...14
4. Fídjeysk búðingskaka..17
5. Lovo..20
6. Parāoa Parai (glútenfrítt steikt brauð)....................22
7. Fídjieyjar bananapönnukökur..................................24
8. Franskt brauð í fídjeyskum stíl...............................26
9. Kjúklingabaunamjöl Crêpes.....................................28
10. Krem af hveiti crêpes..31
FORréttir..34
11. Fídjeysk kókos Ceviche...35
12. Fídjieyjar Taro og kókosbollur...............................38
13. Fídjeyskir Cassava franskar..................................40
14. Fídjeysk kjúklingasamósa....................................42
15. Fídjieyjar fiskkarrýpuffs..44
16. Fídjieyjar kókosrækjur..46
17. Fídjeyskar kryddaðar ristaðar hnetur...................48
AÐALRÉTTUR...50
18. Fídjieyjar steikt hrísgrjón......................................51
19. Fídjeysk kjúklingakótilettur Suey..........................53
20. Fídjeyskt grillað Mahi Mahi...................................56
21. Grillaður kjúklingur í neðanjarðarofni..................59
22. Fídjeyskur kolkrabbi soðinn í kókosrjóma............61
23. Fídjeyskur kókosfiskur með spínati og hrísgrjónum....64
KARRÍUR OG SÚPUR..67
24. Fídjeyskur kjúklingur, tómatar og kartöflukarrí........68
25. Fídjieyjar krabbar karrý..71
26. Fídjieyjar karríðarrækjur......................................74

27. Cassava kókos karrý..77
28. Fijian Duck Curry..80
29. Fídjeyskt fiskakarrí...83
30. Fídjeyskt geitakarrí...86
31. Fídjeysk taró og spínatsúpa..89
32. Fídjeyskt lambpottrétt..91
33. Fídjeyskt Squash Kale Curry...94
34. Fídjeyskt spínat linsukarrý _...96
35. Fídjieyjar linsubaunir Chipotle karrý...........................98
36. Fídjeyskt bauna sinnep karrí......................................100
37. Fídjeysk hvít baun og hrísgrjón karrý.......................102
38. Fijian Red Quinoa með kartöflum.............................104
39. Fídjeyskar karrý rauðar linsubaunir...........................107
40. Fijian Black-eyed Peas karrý.......................................110
41. Fídjeyskt kjúklingakarrí..112
42. Fídjeysk kókos Blandaðar linsubaunir......................115
43. Fídjeysk tómatar og rófusúpa karrý..........................118
44. Fídjeysk grasker og kókossúpa..................................120
45. Fídjeysk túrmerik blómkálssúpa...............................122
46. Fídjeyskt kryddað lambapottréttur...........................125
47. Fídjeysk rauð linsubaunasúpa...................................128
48. Fídjeyskt Butter Chicken Curry.................................131
49. Fídjeyskt hakkað kjúklingur chili..............................134
50. Fídjeyskt kjúklinga- og spínatkarrí...........................137
51. Fídjeysk karrý kókosrækjur..140
52. Fijian L amb vindaloo Fusion....................................143
53. Fídjeyskt kókoshnetunautakerrí................................146
MEÐLÖG OG SALÖT..148
54. Roti (fídjeyskt flatbrauð)...149
55. Fídjeysk gufusoðin kókos og kassava.......................151
56. Fídjeysk soðin Taro lauf og kókosrjómi...................153
57. Fídjeyskt sjávargrape..155
58. Fídjeyskt brennt eggaldin með kryddjurtum..........157
59. Fídjeyskt hráfisksalat (Kokoda).................................159
60. Fijian Coconut Roti...162

61. Fídjeyskt grænt papaya salat..................................164
62. Fídjeyskt ananas- og gúrkusalat...........................166
63. Fijian Creamed Taro (Taro í kókoskremi)..............168
KRYDDINGAR...170
64. Fídjeyskt kryddað tamarind chutney.....................171
65. Engifer-hvítlauksmauk...173
66. Fídjeysk heit piparsósa (Buka, Buka)....................175
67. Fijian Tamarind Dip..177
68. Fídjieyjar kókoshnetu Sambal................................179
69. Fídjeysk Taro laufsósa (Rourou Vakasoso)...........181
70. Fídjeyskt súrsað mangó (Toroi)............................183
71. Fiji Chili Mango Chutney.......................................185
72. Fídjeyskt kóríander og lime Chutney....................187
73. Fídjeysk ananas salsa..189
EFTIRLITUR..191
74. Fídjeysk bananakaka..192
75. Fídjeysk Cassava kaka...195
76. Fijian Raita...197
77. Fídjeyskar grisjur soðnar í kókoshnetu.................199
78. Fídjeysk ananasbaka..201
79. Custard baka í Fiji stíl með áleggi.........................203
80. Fídjeyskur bananatapíókabúðingur.......................206
81. Fídjeyskur ananas og kókoshneta.........................208
82. Fídjeysk kókosterta (Tavola)..................................210
83. Fídjeyskur banani og kókosbúðingur....................212
84. Fídjieyjar Taro og kókoshnetukúlur (Kokoda Maravu)
....214
85. Fídjeyskt ananas- og bananabrauð.......................216
DRYKKIR...218
86. Fídjeyskur Kava rótardrykkur.................................219
87. Fídjeysk bananasmoothie......................................221
88. Fídjeyskt ananaskýla..223
89. Fídjeyskur kókos- og rommkokteill.......................225
90. Fídjeyskur engiferbjór..227
91. Fijian Papaya Lassi...229

92. Fijian Rum Punch..231
93. Fídjeyskur ananas og kókoshnetusmoothie...................233
94. Fijian Mango Lassi..235
95. Fijian Coconut Mojito...237
96. Fídjeyskt engifer og sítrónugras te...........................239
97. Fídjeysk tamarind kælir..241
98. Fídjeyskt Kava Colada...243
99. Fídjeysk vatnsmelóna- og myntukælir.......................245
100. Fiji ástríðukokteill..247
NIÐURSTAÐA..249

KYNNING

Verið velkomin í „UPPSKRIFTSBÓK AF TROPICAL FIJI BRAGÐI: Faðmaðu einstaka bragðblöndu sem skilgreinir matreiðslu Fídjieyja. Fiji, gimsteinn í hjarta Suður-Kyrrahafs, státar ekki aðeins af töfrandi náttúrufegurð heldur einnig ríkri og fjölbreyttri matreiðsluhefð sem endurspeglar líflega menningu og sögu eyjanna.

Á eftirfarandi síðum bjóðum við þér að fara í matargerðarævintýri, kanna einstaka samruna bragðtegunda sem skilgreina matargerð Fídjieyja. Frá ströndum Viti Levu til afskekktu þorpanna Vanua Levu, er matargerð Fídjieyjar spegilmynd af menningarlegum fjölbreytileika þjóðarinnar, með ferskum sjávarréttum, suðrænum ávöxtum, arómatískum kryddum og hefðbundnum matreiðsluaðferðum eins og lovo, jarðofninum.

Þessi matreiðslubók er lykillinn þinn að því að opna leyndarmál fídjeyskrar matargerðar, hvort sem þú ert vanur kokkur eða áhugasamur heimakokkur. Saman munum við kafa ofan í kjarna fídjeyskrar matargerðarhefða, uppgötva dýrmætar fjölskylduuppskriftir og laga þær að þínu eigin eldhúsi. Svo, gríptu hráefnið þitt, faðmaðu suðræna stemninguna og við skulum hefja þessa bragðmiklu ferð um smekk Fídjieyja.

Morgunmatur

1. Fídjieyjar kókosbollur

HRÁEFNI:

- 3 bollar alhliða hveiti
- 1/4 bolli kornsykur
- 1 pakki (7g) skyndiþurrger
- 1/2 tsk salt
- 1/2 bolli heitt vatn
- 1/2 bolli kókosmjólk
- 1/4 bolli jurtaolía
- 1 tsk vanilluþykkni
- Þurrkuð kókoshneta (valfrjálst, fyrir álegg)

LEIÐBEININGAR:

a) Blandið saman alhliða hveiti, kornsykri, þurrgeri og salti í stórri skál.

b) Blandaðu heitu vatni, kókosmjólk, jurtaolíu og vanilluþykkni í sérstakri skál.

c) Bætið blautu hráefnunum smám saman við þurrefnin, hnoðið deigið þar til það er slétt og teygjanlegt. Hægt er að nota hrærivél með deigkrók eða hnoða í höndunum á hveitistráðu yfirborði.

d) Setjið deigið í smurða skál, hyljið það með rökum klút og látið hefast á hlýjum stað í um 1 klukkustund eða þar til það hefur tvöfaldast að stærð.

e) Forhitaðu ofninn þinn í 350°F (175°C).

f) Kýlið niður lyftið deigið og skiptið því í litlar kúlur.

g) Settu kúlurnar á bökunarplötu klædda bökunarpappír.

h) Valfrjálst: Penslið toppana á bollunum með smá kókosmjólk og stráið þurrkinni kókos yfir.

i) Bakið í forhituðum ofni í um 15-20 mínútur eða þar til bollurnar eru orðnar gullinbrúnar.

j) Taktu úr ofninum og láttu Fídjieyjar kókosbollur kólna aðeins áður en þær eru bornar fram.

2. Fídjeyskt kókosbrauð

HRÁEFNI:
- 3 bollar alhliða hveiti
- 2 tsk lyftiduft
- 1/2 tsk salt
- 1/2 bolli kornsykur
- 1 bolli þurrkuð kókoshneta (ósykrað)
- 1 1/4 bollar kókosmjólk
- 1/4 bolli jurtaolía
- 1 tsk vanilluþykkni

LEIÐBEININGAR:
a) Forhitaðu ofninn þinn í 350°F (175°C). Smyrjið brauðform.
b) Í stórri skál, þeytið saman alhliða hveiti, lyftiduft, salt, kornsykur og þurrkað kókos.
c) Blandið saman kókosmjólkinni, jurtaolíu og vanilluþykkni í sérstakri skál.
d) Bætið blautu hráefnunum smám saman við þurrefnin og hrærið þar til það hefur blandast saman. Passið að blanda ekki of mikið.
e) Hellið deiginu í smurða brauðformið.
f) Bakið í forhituðum ofni í um 45-50 mínútur eða þar til tannstöngull sem stungið er í miðjuna kemur hreinn út.
g) Leyfið kókosbrauðinu að kólna á pönnunni í 10 mínútur áður en það er sett á vírgrind til að kólna alveg.
h) Skerið niður og njóttu Fídjeyska kókosbrauðsins með smjöri eða uppáhalds álegginu þínu.

3. Fídjeysk hunangskaka

HRÁEFNI:
- 2 bollar alhliða hveiti
- 1 tsk lyftiduft
- 1/2 tsk matarsódi
- 1/4 tsk salt
- 1 tsk malaður kanill
- 1/2 tsk malaður múskat
- 1/2 bolli ósaltað smjör, mildað
- 1/2 bolli kornsykur
- 1/2 bolli hunang
- 2 stór egg
- 1 bolli hrein jógúrt
- 1 tsk vanilluþykkni
- Hunangsgljái (valfrjálst, til að drekka)

LEIÐBEININGAR:
a) Forhitaðu ofninn þinn í 350°F (175°C). Smyrjið og hveiti 9x13 tommu ofnform.
b) Í meðalstórri skál, þeytið saman alhliða hveiti, lyftiduft, matarsóda, salt, malaðan kanil og mulinn múskat.
c) Í sérstakri stórri skál, kremið mildað smjörið og kornsykurinn þar til það er létt og loftkennt.
d) Þeytið hunangið og eggin út í, eitt í einu, þar til það hefur blandast vel saman.
e) Bætið venjulegri jógúrt og vanilluþykkni við blautu hráefnin og blandið þar til slétt.
f) Bætið þurru hveitiblöndunni smám saman út í blautu hráefnin og hrærið þar til það hefur blandast saman. Passið að blanda ekki of mikið.
g) Hellið deiginu í tilbúið bökunarform og dreifið jafnt yfir.

h) Bakið í forhituðum ofni í um 25-30 mínútur eða þar til tannstöngull sem stungið er í miðjuna kemur hreinn út.
i) Valfrjálst: Dreypið hunangsgljáa yfir heita kökuna til að fá aukinn sætleika og glans.
j) Leyfðu fídjeysku hunangskökunni að kólna áður en hún er skorin í sneiðar og borin fram.

4. Fídjeysk búðingskaka

HRÁEFNI:

- 1 bolli alhliða hveiti
- 1/2 bolli kornsykur
- 2 tsk lyftiduft
- 1/4 tsk salt
- 1/2 bolli mjólk
- 2 matskeiðar ósaltað smjör, brætt
- 1 tsk vanilluþykkni
- 1/2 bolli púðursykur
- 1/2 bolli saxaðar hnetur (eins og valhnetur eða pekanhnetur)
- 1 bolli sjóðandi vatn
- Þeyttur rjómi eða ís, til framreiðslu (má sleppa)

LEIÐBEININGAR:

a) Forhitaðu ofninn þinn í 350°F (175°C). Smyrjið 9x9 tommu eldfast mót.
b) Í meðalstórri skál, blandið öllu hveiti, kornsykri, lyftidufti og salti saman við.
c) Hrærið mjólkinni, bræddu smjörinu og vanilluþykkni saman við þar til þú hefur slétt deig.
d) Dreifið deiginu jafnt í undirbúið bökunarform.
e) Blandið púðursykrinum og söxuðum hnetum saman í sérstakri skál.
f) Stráið púðursykri og hnetublöndunni yfir deigið í bökunarforminu.
g) Hellið sjóðandi vatninu varlega jafnt yfir blönduna í bökunarforminu. Ekki hræra.
h) Bakið í forhituðum ofni í um 30-35 mínútur eða þar til kakan er orðin gullinbrún og tannstöngull sem stungið er í kökuhlutann kemur hreinn út.

i) Leyfðu Fídjeysku búðingskökunni að kólna aðeins áður en hún er borin fram.

j) Berið fram heitt með þeyttum rjóma eða ís, ef vill, fyrir yndislegan eftirrétt.

5. Lovo

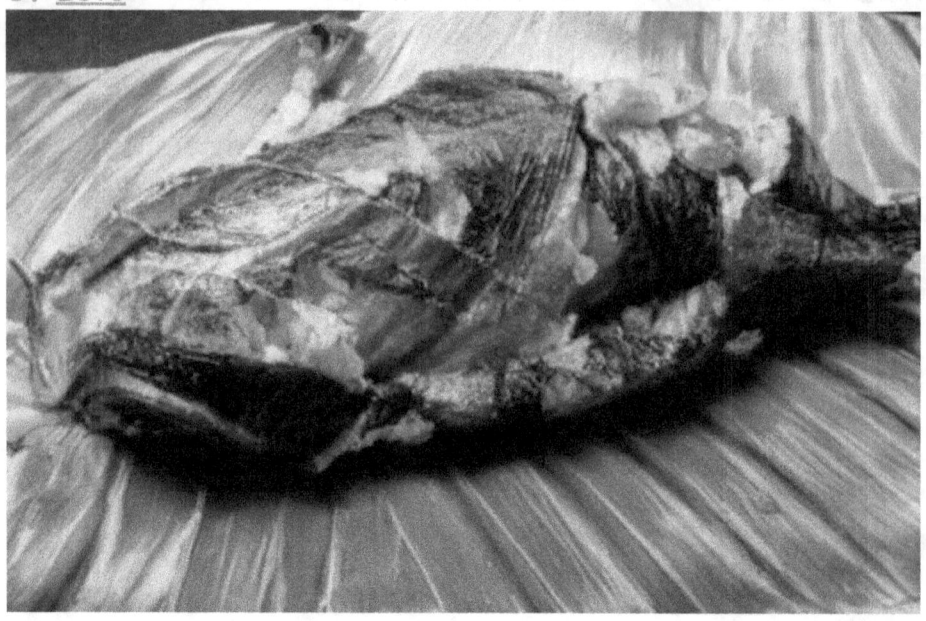

HRÁEFNI:

- Cassava
- Taro rót
- Sætar kartöflur
- Maískola
- Kókosmjólk

LEIÐBEININGAR:

a) Vefjið kassava, tarórót, sætum kartöflum og maís inn í bananablöð.

b) Settu innpakkaða grænmetið í neðanjarðarofn (lovo) eða venjulegan ofn við 350°F (180°C).

c) Bakið í 1-2 tíma þar til grænmetið er meyrt.

d) Berið fram með nýkreistri kókosmjólk.

6. Parāoa Parai (glútenfrítt steikt brauð)

Hráefni:
- 250 g heilnæm brauðblanda
- 8g Virkt þurrger
- 15 g sykur eða hunang
- ½ tsk Salt
- 300ml vatn - örlítið heitt

LEIÐBEININGAR:
a) Blandið öllu hráefninu saman þar til deig hefur myndast.
b) Hnoðið varlega saman í kúlu, látið síðan vera í skál og hyljið með viskustykki. Látið hefast þar til tvöfaldast að stærð, u.þ.b. 1 klst, þessi skiptir ekki máli þó hann sé látinn standa aðeins lengur þar sem þú vilt hafa hann léttan og loftgóðan.
c) Takið lyftið deig úr skálinni á létt hveitistráðan bekk. Fletjið deigið varlega út í 15 mm þykkt og skerið í 6x6cm ferninga.
d) Hitið meðalstóran pott af olíu í 165°C. Gerðu olíuna nógu djúpa þannig að deigið snerti ekki botninn og geti flotið á meðan það er eldað.
e) ÁBENDING: Til að athuga að hitastigið sé nógu heitt skaltu setja enda tréskeiðar í olíuna. Ef það bólar er olían tilbúin. Olía er of heit ef deigið verður gullbrúnt of hratt og að innan er enn deigkennt/ósoðið.
f) Setjið deigið varlega í heitu olíuna í lotum og eldið þar til það er gullbrúnt, u.þ.b. 30 sekúndur á hlið. Þegar búið er að elda, fjarlægðu úr olíunni og færðu yfir á pappírsklædda fat. Látið hvíla í 5 mínútur áður en það er borið fram.

7. Fídjieyjar bananapönnukökur

HRÁEFNI:

- 2 þroskaðir bananar, maukaðir
- 1 bolli alhliða hveiti
- 1 tsk lyftiduft
- 1/2 bolli mjólk
- 1 egg
- 2 msk sykur
- Smjör eða olía til eldunar

LEIÐBEININGAR:

a) Blandið saman maukuðum bananum, hveiti, lyftidufti, mjólk, eggi og sykri í skál. Blandið þar til þú hefur slétt deig.

b) Hitið pönnu eða pönnu yfir meðalhita og bætið við smá smjöri eða olíu.

c) Hellið litlum skömmtum af deiginu á pönnu til að búa til pönnukökur.

d) Eldið þar til loftbólur myndast á yfirborðinu, snúið síðan við og eldið hina hliðina þar til þær eru gullinbrúnar.

e) Berið fram Fídjieyjar bananapönnukökur með hunangi eða sírópi.

8. Franskt brauð í fídjeyskum stíl

HRÁEFNI:

- 4 brauðsneiðar
- 2 egg
- 1/2 bolli kókosmjólk
- 2 msk sykur
- 1/4 tsk kanill
- Smjör til steikingar

LEIÐBEININGAR:

a) Í grunnri skál, þeytið saman egg, kókosmjólk, sykur og kanil.
b) Hitið pönnu eða pönnu yfir meðalhita og bætið smá smjöri við.
c) Dýfðu hverri brauðsneið í eggjablönduna, hyljið báðar hliðar.
d) Settu húðuðu brauðið á pönnuna og eldið þar til það er gullinbrúnt á hvorri hlið.
e) Berið fram franskt ristað brauð í fídjeyskum stíl með hunangi eða sírópi.

9. Kjúklingabaunamjöl Crêpes

HRÁEFNI:

- 2 bollar (184 g) grömm (kjúklingabaunir) hveiti (besan)
- 1½ bollar (356 g) vatn
- 1 lítill laukur, afhýddur og saxaður (um ½ bolli [75 g])
- 1 stykki engiferrót, afhýdd og rifin eða söxuð
- 1-3 grænir taílenskir, serrano- eða cayenne-chiles, saxaðir
- ¼ bolli (7 g) þurrkuð fenugreek lauf (kasoori methi)
- ½ bolli (8 g) ferskt kóríander, hakkað
- 1 tsk gróft sjávarsalt
- ½ tsk malað kóríander
- ½ tsk túrmerikduft
- 1 tsk rautt chile duft eða cayenne olía, til að steikja á pönnu

LEIÐBEININGAR:

a) Blandið hveiti og vatni í djúpa skál þar til það er slétt. Mér finnst gott að byrja með þeytara og nota síðan aftan á skeið til að brjóta niður litlu hveitiklumpana sem venjulega myndast.
b) Látið blönduna standa í að minnsta kosti 20 mínútur.
c) Bætið afganginum út í, nema olíunni, og blandið vel saman.
d) Hitið pönnu yfir meðalháum hita.
e) Bætið ½ teskeið af olíu út í og dreifið henni yfir pönnu með bakinu á skeið eða pappírshandklæði. Þú getur líka notað matreiðsluúða til að húða pönnuna jafnt.
f) Hellið ¼ bolla (59 ml) af deiginu í miðjuna á pönnunni með sleif. Með bakinu á sleifinni skaltu dreifa deiginu í hringlaga, réttsælis hreyfingu frá miðju í átt að utanverðu

pönnunni til að búa til þunna, kringlótta pönnuköku um það bil 5 tommu (12,5 cm) í þvermál.

g) Eldið pokann þar til hann er örlítið brúnn á annarri hliðinni, um það bil 2 mínútur, og snúið því svo við til að elda á hinni hliðinni. Þrýstið niður með spaðanum til að tryggja að miðjan sé líka soðin í gegn.

h) Eldið afganginn af deiginu, bætið við olíu eftir þörfum til að koma í veg fyrir að það festist.

i) Berið fram með hlið af Mint eða Peach Chutney.

10. Krem af hveiti crêpes

HRÁEFNI:

- 3 bollar (534 g) rjómi af hveiti (sooji)
- 2 bollar (474 ml) ósykrað venjuleg sojajógúrt
- 3 bollar (711 ml) vatn
- 1 tsk gróft sjávarsalt
- ½ tsk malaður svartur pipar
- ½ tsk rautt chile duft eða cayenne
- ½ gulur eða rauðlaukur, afhýddur og skorinn í sneiðar
- 1-2 grænn tælenskur, serrano eða cayenne chili, saxaður
- Olía, til að steikja á pönnu, sett til hliðar í lítilli skál
- ½ stór laukur, afhýddur og helmingaður (fyrir pönnu)

LEIÐBEININGAR:

a) Í djúpri skál, blandaðu saman hveitikreminu, jógúrt, vatni, salti, svörtum pipar og rauðu chili dufti og settu það til hliðar í 30 mínútur til að gerjast aðeins.

b) Bætið hægelduðum lauknum og chiles út í. Blandið varlega saman.

c) Hitið pönnu yfir meðalháum hita. Setjið 1 teskeið af olíu á pönnuna.

d) Þegar pannan er orðin heit skaltu stinga gaffli í óskorinn, ávölan hluta lauksins. Haltu í gaffalhandfanginu og nuddaðu afskorna helminginn af lauknum fram og til baka yfir pönnuna þína. Samsetningin af hitanum, lauksafanum og olíunni kemur í veg fyrir að dosa þín festist. Geymið laukinn með gafflinum sem settur var í hann til að nota aftur á milli skammta. Þegar það er orðið svart af pönnunni skaltu bara skera af framan þunnt.

e) Haltu örlítilli skál af olíu á hliðinni með skeið - þú munt nota hana síðar.

f) Nú, loksins að eldamennskunni! Helltu aðeins meira en $\frac{1}{4}$ bolla (59 ml) af deigi í miðja heitu, undirbúnu pönnunni. Með bakinu á sleifinni skaltu gera rólegar hreyfingar réttsælis frá miðju að ytri brún pönnunnar þar til deigið verður þunnt og kreppulíkt. Ef blandan byrjar strax að kúla skaltu bara minnka hitann aðeins.

g) Hellið þunnt olíustreymi með lítilli skeið í hring í kringum deigið.

h) Látið dosa elda þar til það er aðeins brúnt og dregur sig frá pönnunni. Snúið við og eldið hina hliðina.

FORréttir

11. Fídjeysk kókos Ceviche

HRÁEFNI:

- 1 pund soðnar rækjur eða fiskur, afhýddar og afvegaðar
- 1 agúrka, skorin í teninga
- 1 tómatur, skorinn í teninga
- 1 paprika (hvaða lit sem er), skorin í teninga
- 1/4 bolli fínt saxaður rauðlaukur
- 1/4 bolli hakkað ferskt kóríander
- Safi úr 2-3 lime
- 1/2 bolli kókosmjólk
- Salt og pipar eftir smekk
- Fínt saxaður chilipipar (valfrjálst, fyrir aukinn hita)
- Ristar kókosflögur (valfrjálst, til að skreyta)
- Kex eða tortilla flögur, til að bera fram

LEIÐBEININGAR:

a) Í stórri skál, sameina soðnar rækjur eða fisk, hægelduðum agúrku, tómötum, papriku, rauðlauk og hakkað kóríander.

b) Blandið saman limesafa, kókosmjólk, salti og pipar í sérstakri lítilli skál. Stilltu kryddið að þínum smekk.

c) Hellið kókosmjólkinni og limedressingunni yfir rækju- eða fiskblönduna í stóru skálinni.

d) 4. Blandið öllu saman þar til hráefnið er vel húðað með dressingunni.

e) Ef þú vilt frekar hita geturðu bætt fínt söxuðum chilipipar út í ceviche og blandað saman við.

f) Hyljið skálina með plastfilmu og kælið í að minnsta kosti 30 mínútur til að leyfa bragðinu að blandast saman.

g) Áður en hann er borinn fram skaltu hræra síðustu kókoshnetu Ceviche og smakka til með kryddi. Stilltu með meira salti, pipar eða lime safa ef þarf.

h) Ef þess er óskað, stráið ristuðum kókosflögum ofan á ceviche fyrir aukna áferð og snert af auka kókoshnetubragði.

i) Berið fram Fijian Coconut Ceviche kældan með kex eða tortilla flögum fyrir hressandi og yndislegan forrétt eða létta máltíð.

12. Fídjieyjar Taro og kókosbollur

HRÁEFNI:

- 2 bollar taró, afhýtt og rifið
- 1 bolli rifinn kókos
- 1/2 bolli sykur
- Klípa af salti

LEIÐBEININGAR:

a) Blandið saman rifnum taro og kókos í blöndunarskál.
b) Bætið við sykri og smá salti og blandið síðan vel saman.
c) Mótið litlar bollur úr blöndunni og látið gufa í um 20-30 mínútur eða þar til þær eru orðnar stífar.
d) Berið fram þessar sætu og sterkjuríku dumplings sem fídjeyskt morgunverðarnammi.

13. Fídjeyskir Cassava franskar

HRÁEFNI:

- 2 stórar kassava rætur
- Jurtaolía til steikingar
- Salt og pipar eftir smekk

LEIÐBEININGAR:

a) Afhýðið kassavarótina og skerið þær í þunnar sneiðar eða strimla.
b) Hitið jurtaolíu í djúpri pönnu eða potti.
c) Steikið kassavasneiðarnar þar til þær verða gullinbrúnar og stökkar.
d) Takið úr olíunni og látið renna af á pappírshandklæði.
e) Kryddið með salti og pipar eftir smekk.
f) Berið kassavaflögurnar fram sem stökkan fídjeyskan forrétt.

14. Fídjeysk kjúklingasamósa

HRÁEFNI:

- 1 bolli eldaður kjúklingur, rifinn
- 1/2 bolli kartöflur í teningum, soðnar
- 1/2 bolli baunir
- 1/4 bolli niðurskornar gulrætur, soðnar
- 1/4 bolli fínt saxaður laukur
- 2 hvítlauksgeirar, saxaðir
- 1 tsk karrýduft
- Salt og pipar eftir smekk
- Samosa umbúðir (fáanlegar í verslunum)
- Jurtaolía til steikingar

LEIÐBEININGAR:

a) Steikið laukinn og hvítlaukinn á pönnu þar til hann er ilmandi.
b) Bætið við kjúklingnum, kartöflunum, baunum, gulrótunum og karrýduftinu. Eldið í nokkrar mínútur.
c) Kryddið með salti og pipar.
d) Fylltu samosa umbúðir með blöndunni, brjótið þær í þríhyrningslaga form og þéttið brúnirnar með smá vatni.
e) Hitið jurtaolíu á djúpri pönnu og steikið samósana þar til þeir verða gullinbrúnir og stökkir.
f) Berið fram þessar ljúffengu fídjeysku kjúklingasamósa með chutney.

15. Fídjieyjar fiskkarrýpuffs

HRÁEFNI:

- 1 bolli soðinn fiskur, flögur
- 1/2 bolli kartöflur í teningum, soðnar
- 1/4 bolli baunir
- 1/4 bolli niðurskornar gulrætur, soðnar
- 1/4 bolli hægeldaður laukur
- 1 hvítlauksgeiri, saxaður
- 1 tsk karrýduft
- Salt og pipar eftir smekk
- Smjördeigsblöð (fást í verslunum)

LEIÐBEININGAR:

a) Steikið laukinn og hvítlaukinn á pönnu þar til hann er ilmandi.

b) Bætið fiskinum, kartöflunum, baunum, gulrótunum og karrýduftinu út í. Eldið í nokkrar mínútur.

c) Kryddið með salti og pipar.

d) Fylltu laufabrauðsplötur með blöndunni, brjóttu þau í þríhyrningslaga form og lokaðu brúnunum.

e) Bakið samkvæmt leiðbeiningum á smjördeigspakka þar til þær eru gullnar og blásnar.

f) Berið fram þessar bragðmiklu fídjeysku karrípuffs sem forrétt.

16. Fídjieyjar kókosrækjur

HRÁEFNI:
- 1/2 pund stórar rækjur, afhýddar og afvegaðar
- 1 bolli rifinn kókos
- 1/2 bolli alhliða hveiti
- 1 egg, þeytt
- Salt og pipar eftir smekk
- Jurtaolía til steikingar

LEIÐBEININGAR:
a) Í skál, blandið rifnum kókos saman við klípa af salti og pipar.
b) Dýfðu hverri rækju í þeytta eggið og klæddu hana síðan með rifnu kókoshnetunni.
c) Hitið jurtaolíu á pönnu og steikið húðaðar rækjur þar til þær verða gullnar og stökkar.
d) Berið fram þessar ljúffengu fídjeysku kókosrækjur með ídýfingarsósu að eigin vali.

17. Fídjeyskar kryddaðar ristaðar hnetur

HRÁEFNI:

- 2 bollar blandaðar hnetur (möndlur, kasjúhnetur, hnetur osfrv.)
- 1 msk ólífuolía
- 1 tsk karrýduft
- 1/2 tsk malað kúmen
- 1/2 tsk paprika
- Salt eftir smekk

LEIÐBEININGAR:

a) Forhitaðu ofninn þinn í 350°F (180°C).

b) Í skál skaltu henda blönduðu hnetunum með ólífuolíu, karrýdufti, kúmeni, papriku og smá salti.

c) Dreifið kryddhnetunum á ofnplötu og ristið í 10-15 mínútur, eða þar til þær eru orðnar ilmandi og örlítið ristaðar.

d) Leyfið þeim að kólna áður en þær eru bornar fram sem kryddað fídjeysk hnetablanda.

AÐALRÉTTUR

18. Fídjieyjar steikt hrísgrjón

HRÁEFNI:

- 2 bollar soðin hrísgrjón, kæld
- 2 egg, þeytt
- 1/2 bolli hægelduð skinka eða soðinn kjúklingur
- 1/2 bolli hægeldaður ananas
- 1/2 bolli blandað grænmeti í teningum (pipar, baunir, gulrætur osfrv.)
- Sojasósa eftir smekk
- Salt og pipar eftir smekk
- Matarolía

LEIÐBEININGAR:

a) Hitið smá olíu í stórri pönnu eða wok við meðalháan hita.
b) Bætið þeyttum eggjum út í og hrærið þeim saman. Takið af pönnunni og setjið til hliðar.
c) Í sömu pönnu, bætið við aðeins meiri olíu ef þarf og hrærið hægelduðum skinku eða kjúklingi og blandað grænmeti þar til það er mjúkt.
d) Bætið soðnum hrísgrjónum, hrærðum eggjum, hægelduðum ananas og ögn af sojasósu út í. Hrærið þar til allt er heitt í gegn og blandað vel saman.
e) Kryddið með salti og pipar eftir smekk.
f) Berið fram fídjeyskan morgunverð með steiktum hrísgrjónum heitum.

19. Fídjeysk kjúklingakótilettur Suey

HRÁEFNI:

- 1 pund beinlausar, roðlausar kjúklingabringur eða læri, þunnar sneiðar
- 2 matskeiðar jurtaolía
- 1 laukur, sneiddur
- 2 hvítlauksgeirar, saxaðir
- 1 tommu stykki af fersku engifer, rifið
- 1 bolli niðurskorið hvítkál
- 1 bolli sneiddar gulrætur
- 1 bolli niðurskorin paprika (rauð, græn eða gul)
- 1 bolli spergilkál í sneiðum
- 1/4 bolli sojasósa
- 2 matskeiðar ostrusósa
- 1 matskeið maíssterkja, leyst upp í 2 matskeiðar af vatni
- Soðin hvít hrísgrjón, til framreiðslu

LEIÐBEININGAR:

a) Í stórri pönnu eða wok, hitaðu jurtaolíuna yfir miðlungs háan hita.

b) Bætið sneiðum kjúklingnum út í og hrærið þar til hann er eldaður í gegn og léttbrúnt. Takið kjúklinginn af pönnunni og setjið til hliðar.

c) Í sömu pönnu, bætið við smá olíu ef þarf og steikið niðursneiddan lauk, hakkaðan hvítlauk og rifinn engifer þar til ilmandi og laukurinn er hálfgagnsær.

d) Bætið kálinu í sneiðum, gulrótum, papriku og spergilkáli á pönnuna. Hrærið grænmetið í nokkrar mínútur þar til það er mjúkt-stökkt.

e) Setjið eldaða kjúklinginn aftur á pönnuna og blandið honum saman við grænmetið.

f) Blandið sojasósunni og ostrusósunni saman í lítilli skál. Hellið sósunni yfir kjúklinginn og grænmetið og blandið öllu saman þar til það er vel húðað.

g) Hrærið maíssterkjublöndunni út í til að sósan þykknar aðeins.

h) Berið fram Fijian Chicken Chop Suey yfir soðnum hvítum hrísgrjónum fyrir bragðgóða og seðjandi máltíð.

20. Fídjeyskt grillað Mahi Mahi

HRÁEFNI:
- 4 Mahi Mahi flök (eða hvaða sterka hvíta fisk sem er)
- 1/4 bolli kókosmjólk
- 2 matskeiðar lime safi
- 2 hvítlauksgeirar, saxaðir
- 1 tsk rifið ferskt engifer
- 1 tsk malað kúmen
- 1 tsk malað kóríander
- 1/2 tsk túrmerikduft
- Salt og pipar eftir smekk
- Saxað ferskt kóríander, til skrauts
- Limebátar, til framreiðslu

LEIÐBEININGAR:
a) Blandið saman kókosmjólk, limesafa, hakkaðri hvítlauk, rifnum engifer, malað kúmeni, malað kóríander, túrmerikdufti, salti og pipar í grunnt fat til að búa til marineringuna.
b) Setjið Mahi Mahi flökin í marineringuna og passið að hjúpa þau vel. Hyljið fatið og geymið í kæli í að minnsta kosti 30 mínútur til að leyfa bragðinu að fylla fiskinn.
c) Forhitaðu grillið þitt í miðlungs-háan hita.
d) Fjarlægðu Mahi Mahi flökin úr marineringunni og grillaðu þau í um 3-4 mínútur á hvorri hlið eða þar til þau eru gegnsteikt og með góð grillmerki.
e) Á meðan þú grillar geturðu penslað hluta af marineringunni á fiskinn til að halda honum rökum og bæta við auknu bragði.
f) Þegar fiskurinn er soðinn, færðu hann yfir á disk og skreytið með söxuðu fersku kóríander.

g) Berið fram Fijian Grilled Mahi Mahi með limebátum á hliðinni til að kreista yfir fiskinn.

21. Grillaður kjúklingur í neðanjarðarofni

HRÁEFNI:

- 1 heill kjúklingur, hreinsaður og skorinn í bita
- 1 pund lambakótilettur eða lambakjötsbitar
- 1 pund svínarif eða svínakjötsbitar
- 1 pund fiskflök (hvað sem er stífur hvítur fiskur)
- 1 pund taro, afhýtt og skorið í bita
- 1 pund sætar kartöflur, skrældar og skornar í bita
- 1 pund kassava, afhýdd og skorin í bita
- 1 pund grjóna, skrældar og skornar í bita
- Bananalauf eða álpappír, til umbúða
- Salt og pipar eftir smekk
- Sítrónu- eða limebátar, til framreiðslu

LEIÐBEININGAR:

a) Forhitaðu grillið þitt í miðlungs-háan hita.

b) Kryddið kjúklinginn, lambið og svínakjötið með salti og pipar eftir smekk.

c) Í stórri skál, blandið taro, sætum kartöflum, kassava og grjónum saman við.

d) Búðu til staka pakka með bananablöðunum eða álpappír með því að setja hluta af hverju kjöti og grænmeti í miðjuna og brjóta saman blöðin eða álpappírinn til að loka innihaldinu á öruggan hátt.

e) Setjið pakkana á grillið og eldið þá í um 1 til 1,5 klukkustund eða þar til allt kjötið og grænmetið er meyrt og fulleldað.

f) Opnaðu pakkana varlega og færðu grillaða innihaldið yfir á framreiðsludisk.

g) Berið fram Fídjieyjar grillaða máltíðina í neðanjarðarofni með sítrónu- eða limebátum á hliðinni fyrir aukinn ferskleika og bragð.

22. Fídjeyskur kolkrabbi soðinn í kókosrjóma

HRÁEFNI:

- 2 pund kolkrabbi, hreinsaður og skorinn í hæfilega stóra bita
- 2 matskeiðar jurtaolía
- 1 laukur, smátt saxaður
- 2 hvítlauksgeirar, saxaðir
- 1 tommu stykki af fersku engifer, rifið
- 2 tómatar, saxaðir
- 1 bolli kókosrjómi
- 2 bollar vatn eða fiskikraftur
- 1 msk fiskisósa
- 1 matskeið sojasósa
- 1 msk sítrónu- eða lime safi
- Salt og pipar eftir smekk
- Saxað ferskt kóríander, til skrauts
- Soðin hvít hrísgrjón, til framreiðslu

LEIÐBEININGAR:

a) Hitið jurtaolíuna í stórum potti eða hollenskum ofni yfir meðalhita.

b) Bætið söxuðum lauk, söxuðum hvítlauk og rifnum engifer út í. Steikið þar til laukurinn er orðinn mjúkur og hálfgagnsær.

c) Bætið kolkrabbabitunum út í pottinn og eldið í nokkrar mínútur þar til þeir byrja að krullast og verða ógagnsæir.

d) Hrærið söxuðum tómötum, kókosrjóma, vatni eða fiskikrafti, fiskisósu, sojasósu og sítrónu- eða limesafa saman við. Blandið öllu vel saman.

e) Setjið lok á pottinn og látið kolkrabbasoðið malla við vægan hita í um 45 mínútur til 1 klukkustund eða þar til það er orðið mjúkt og fulleldað.

f) Kryddið með salti og pipar eftir smekk.

g) Skreytið með söxuðu fersku kóríander áður en það er borið fram.

h) Berið fram fídjeyskan kolkrabba sem er steiktur í kókoskremi með soðnum hvítum hrísgrjónum fyrir yndislegan sjávarrétt.

23. Fídjeyskur kókosfiskur með spínati og hrísgrjónum

HRÁEFNI:

- 1 stöngull sítrónugras, smátt saxað
- 1 rauður chili, smátt saxaður (má sleppa)
- ½ rauðlaukur, þunnt sneið
- 4 þroskaðir tómatar, gróft saxaðir (eða 1 dós muldir tómatar)
- 1 dós kókosmjólk
- 2-3 matskeiðar sítrónusafi
- 2 matskeiðar fiskisósa
- 1 tsk sykur
- ¼ bolli basilíkublöð, grófsöxuð, auk auka til að skreyta
- 600 g hvít fiskflök (td terakihi, gurnard, snapper, osfrv.)
- 300 g barnaspínat
- Gufusoðin hrísgrjón, til framreiðslu

LEIÐBEININGAR:

a) Bætið ¼ bolla af kókosmjólkinni, sítrónugrasinu og chili (ef það er notað) á stóra pönnu yfir miðlungshita. Steikið þar til vökvinn gufar upp og sítrónugrasið verður mjúkt (um það bil 2-3 mínútur).

b) Hrærið afganginum af kókosmjólkinni, sneiðum lauk, tómötum (ferskum eða niðursoðnum), sítrónusafa, fiskisósu, sykri og söxuðum basilíkublöðum út í. Leyfið blöndunni að malla í 5 mínútur, leyfið bragðinu að blandast saman.

c) Þurrkaðu fiskflökin með pappírsþurrku og tryggðu að engin hreistur eða bein séu eftir. Kryddið fiskinn með salti og pipar.

d) Setjið fiskflökin varlega í kókossósuna og tryggið að þau séu alveg á kafi. Látið malla í 4 mínútur, snúið síðan flökum varlega við og eldið í 1 mínútu til viðbótar eða þar til fiskurinn er rétt í gegn.

e) Á sérstakri pönnu, gufusoðið eða steikið smáspínatið þar til það visnar.

f) Til að bera fram, setjið ríkulegt magn af hrísgrjónum á hvern disk. Toppið með fiski og bragðmiklu kókossósunni.

g) Bætið hluta af visna spínatinu við hliðina. Skreytið með viðbótar basilíkulaufum fyrir ferskan blæ.

KARRÍUR OG SÚPUR

24. Fídjeyskur kjúklingur, tómatar og kartöflukarrí

HRÁEFNI:
- 1 pund kjúklingabitar (bein- eða beinlausir), skornir í litla bita
- 2 matskeiðar jurtaolía
- 1 laukur, smátt saxaður
- 2 hvítlauksgeirar, saxaðir
- 1 tommu stykki af fersku engifer, rifið
- 2 tómatar, saxaðir
- 2 kartöflur, skrældar og skornar í teninga
- 1 bolli kókosmjólk
- 1 matskeið karrýduft
- 1 tsk malað kúmen
- 1 tsk malað kóríander
- 1/2 tsk túrmerikduft
- 1/4 tsk chili duft (stilla að kryddi þínum)
- Salt og pipar eftir smekk
- Saxað ferskt kóríander, til skrauts
- Soðin hvít hrísgrjón, til framreiðslu

LEIÐBEININGAR:
a) Hitið jurtaolíuna í stórum potti eða pönnu yfir meðalhita.
b) Bætið söxuðum lauk, söxuðum hvítlauk og rifnum engifer út í. Steikið þar til laukurinn er orðinn mjúkur og hálfgagnsær.
c) Bætið kjúklingabitunum í pottinn og brúnið þá á öllum hliðum.
d) Hrærið söxuðum tómötum, hægelduðum kartöflum, kókosmjólk, karrýdufti, malaða kúmeni, möluðu kóríander, túrmerikdufti og chilidufti saman við. Blandið öllu vel saman.

e) Kryddið með salti og pipar eftir smekk.

f) Lokið pottinum og látið karrýið malla við vægan hita í um 30 mínútur eða þar til kjúklingurinn er fulleldaður og kartöflurnar mjúkar.

g) Stillið kryddið ef þarf.

h) Skreytið með söxuðu fersku kóríander áður en það er borið fram.

i) Berið fram fídjeyskan kjúkling, tómata og karrý karrý með soðnum hvítum hrísgrjónum fyrir huggandi og bragðmikla máltíð.

25. Fídjieyjar krabbar karrý

HRÁEFNI:

- 2 lbs krabbar, hreinsaðir og skornir í bita
- 2 matskeiðar jurtaolía
- 1 laukur, smátt saxaður
- 2 hvítlauksgeirar, saxaðir
- 1 tommu stykki af fersku engifer, rifið
- 2 tómatar, saxaðir
- 1 matskeið karrýduft
- 1 tsk malað kúmen
- 1 tsk malað kóríander
- 1/2 tsk túrmerikduft
- 1/4 tsk chili duft (stilla að kryddi þínum)
- 1 bolli kókosmjólk
- Salt og pipar eftir smekk
- Saxað ferskt kóríander, til skrauts
- Soðin hvít hrísgrjón, til framreiðslu

LEIÐBEININGAR:

a) Hitið jurtaolíuna í stórum potti eða pönnu yfir meðalhita.

b) Bætið söxuðum lauk, söxuðum hvítlauk og rifnum engifer út í. Steikið þar til laukurinn er orðinn mjúkur og hálfgagnsær.

c) Bætið krabbanum í pottinn og steikið í nokkrar mínútur þar til þeir byrja að verða bleikir.

d) Hrærið söxuðum tómötum, karrýdufti, möluðu kúmeni, möluðu kóríander, túrmerikdufti og chilidufti saman við. Blandið öllu vel saman.

e) Hellið kókosmjólkinni út í og hitið karrýið að suðu.

f) Lokið pottinum og látið krabbana sjóða í kókoskarrýinu í um 15-20 mínútur eða þar til þeir eru fulleldaðir og mjúkir.

g) Kryddið með salti og pipar eftir smekk.

h) Skreytið með söxuðu fersku kóríander áður en það er borið fram.

i) Berið fram Fijian Crabs Curry með soðnum hvítum hrísgrjónum fyrir yndislega sjávarréttamáltíð.

26. Fídjieyjar karríðarrækjur

HRÁEFNI:
- 1 pund stórar rækjur, afhýddar og veiddar
- 2 matskeiðar jurtaolía
- 1 laukur, smátt saxaður
- 2 hvítlauksgeirar, saxaðir
- 1 tommu stykki af fersku engifer, rifið
- 2 tómatar, saxaðir
- 1 matskeið karrýduft
- 1 tsk malað kúmen
- 1 tsk malað kóríander
- 1/2 tsk túrmerikduft
- 1/4 tsk chili duft (stilla að kryddi þínum)
- 1 bolli kókosmjólk
- Salt og pipar eftir smekk
- Saxað ferskt kóríander, til skrauts
- Soðin hvít hrísgrjón, til framreiðslu

LEIÐBEININGAR:
a) Hitið jurtaolíuna í stórum potti eða pönnu yfir meðalhita.

b) Bætið söxuðum lauk, söxuðum hvítlauk og rifnum engifer út í. Steikið þar til laukurinn er orðinn mjúkur og hálfgagnsær.

c) Bætið rækjunum í pottinn og eldið í nokkrar mínútur þar til þær eru farnar að verða bleikar.

d) Hrærið söxuðum tómötum, karrýdufti, möluðu kúmeni, möluðu kóríander, túrmerikdufti og chilidufti saman við. Blandið öllu vel saman.

e) Hellið kókosmjólkinni út í og látið suðuna koma upp.

f) Lokið pottinum og látið rækjurnar sjóða í kókoskarrýinu í um 5-7 mínútur eða þar til þær eru fulleldaðar og meyrar.

g) Kryddið með salti og pipar eftir smekk.
h) Skreytið með söxuðu fersku kóríander áður en það er borið fram.
i) Berið fram fídjeyskar karrýrækjur með soðnum hvítum hrísgrjónum fyrir dýrindis sjávarrétt.

27. Cassava kókos karrý

Hráefni:
- 2 msk (30 ml) kókosolía
- 1/2 laukur, saxaður
- 8 hvítlauksrif
- 1 tommu stykki af fersku engifer
- 14 oz (400 g) kassava (afhýðið, þvegið og skorið í 1 tommu teninga)
- 1 tsk túrmerikduft
- 1 tsk salt, eða eftir smekk
- 1 tsk nýmalaður pipar
- 3 bollar (720 ml) vatn
- 2 bollar (480 ml) kókosmjólk
- 8 heil, fersk karrýlauf

LEIÐBEININGAR:
a) Hitið stóra pönnu eða pönnu yfir meðalhita og bætið við 1 msk af kókosolíu. Bætið söxuðum lauknum á pönnuna og steikið þar til hann er hálfgagnsær, um það bil 3 mínútur.
b) Berið hvítlaukinn og engiferið með mortéli og stöpli og bætið þessu grófa deigi við laukinn. Látið þetta malla í eina mínútu. Bætið söxuðum kassava teningum, túrmerik, 1 tsk salti eða eftir smekk út í og pipar. Hrærið vel. Bætið við vatni og hyljið pönnuna með loki og látið malla. Eftir 15 mínútur skaltu afhjúpa pönnuna og athuga hvort cassava teningarnir hafi mýkst. Ef teningarnir eru ekki mjúkir skaltu halda áfram að elda í 3 til 5 mínútur til viðbótar.
c) Lækkið hitann, bætið kókosmjólkinni út í og blandið vel saman. Látið sósuna þykkna aðeins í 2 mínútur. Smakkið til og stillið kryddið.

d) Hitið afganginn af 1 msk kókosolíu á sérstakri pönnu á miðlungs lágum hita. Bætið karrýblöðunum út í og látið hitna í 1 mínútu. Takið af hellunni og

28. Fijian Duck Curry

HRÁEFNI:

- 2 pund andakjöt, skorið í bita
- 2 matskeiðar jurtaolía
- 1 laukur, smátt saxaður
- 2 hvítlauksgeirar, saxaðir
- 1 tommu stykki af fersku engifer, rifið
- 2 tómatar, saxaðir
- 1 matskeið karrýduft
- 1 tsk malað kúmen
- 1 tsk malað kóríander
- 1/2 tsk túrmerikduft
- 1/4 tsk chili duft (stilla að kryddi þínum)
- 1 bolli kókosmjólk
- Salt og pipar eftir smekk
- Saxað ferskt kóríander, til skrauts
- Soðin hvít hrísgrjón, til framreiðslu

LEIÐBEININGAR:

a) Hitið jurtaolíuna í stórum potti eða pönnu yfir meðalhita.

b) Bætið söxuðum lauk, söxuðum hvítlauk og rifnum engifer út í. Steikið þar til laukurinn er orðinn mjúkur og hálfgagnsær.

c) Bætið andakjötinu í pottinn og eldið þar til það er brúnt á öllum hliðum.

d) Hrærið söxuðum tómötum, karrýdufti, möluðu kúmeni, möluðu kóríander, túrmerikdufti og chilidufti saman við. Blandið öllu vel saman.

e) Hellið kókosmjólkinni út í og hitið karrýið að suðu.

f) Lokið pottinum og látið andakjötið sjóða í kókoskarrýinu í um 45-60 mínútur eða þar til það er meyrt og fulleldað.

g) Kryddið með salti og pipar eftir smekk.
h) Skreytið með söxuðu fersku kóríander áður en það er borið fram.
i) Berið fram Fijian Duck Curry með soðnum hvítum hrísgrjónum fyrir bragðmikla og staðgóða máltíð.

29. Fídjeyskt fiskakarrí

HRÁEFNI:

- 3 matskeiðar (44 ml) jurtaolía
- 1 meðalstór laukur, afhýddur og skorinn í teninga
- 1 kanilstöng
- 3 hvítlauksrif, afhýdd og söxuð
- 2 langir rauðir chili, stilkar og fræ fjarlægð, saxuð
- 1 1/2 tsk garam masala
- 1 tsk malað ristað kúmen
- 1 tsk malað túrmerik
- 2 meðalstórir tómatar, smátt skornir
- 1 1/2 pund (680 grömm) þéttur hvítur fiskur
- Safi úr 1 sítrónu
- 1 2/3 bollar (400 ml) kókosmjólk
- Salt eftir smekk
- Nýsaxað kóríander til skrauts
- Gufusoðin hvít hrísgrjón til framreiðslu

LEIÐBEININGAR:

a) Í stórri pönnu, dreypið jurtaolíu yfir meðalhita.

b) Þegar olían er hituð skaltu bæta við hægelduðum lauknum og kanilstönginni. Eldið þar til laukurinn byrjar að mýkjast, bætið síðan við hakkaðri hvítlauknum og söxuðum rauðum chili. Eldið þar til það er bara ilmandi.

c) Hrærið garam masala, möluðu ristuðu kúmeni og möluðu túrmerik saman við. Leyfðu kryddunum að losa bragðið og ilminn.

d) Bætið fínt skornum tómötum á pönnuna og eldið, hrærið af og til, þar til tómatarnir byrja að brotna niður og mynda sósulíka samkvæmni, um það bil 15 mínútur.

e) Leggðu bitana af stífum hvítum fiski utan um tómatblönduna á pönnunni. Dreypið sítrónusafanum yfir fiskinn.

f) Steikið fiskinn í nokkrar mínútur á annarri hliðinni og snúið bitunum varlega á hina hliðina.

g) Hellið kókosmjólkinni út í og látið blönduna sjóða rólega. Leyfðu fiskinum að eldast í gegn og draga í sig bragðið af kókoskarrýinu, um það bil 5 mínútur.

h) Kryddið Fish Suruwa með salti eftir smekk.

i) Skreytið með nýsöxuðum kóríander áður en borið er fram.

j) Berið fram dýrindis Fijian Fish Suruwa strax með gufusoðnum hvítum hrísgrjónum.

k) Njóttu þessa fljótlega og bragðmikla fiskikarrýs sem yndislegrar máltíðar!

30. Fídjeyskt geitakarrí

HRÁEFNI:

- 2 pund geitakjöt, skorið í bita
- 2 matskeiðar jurtaolía
- 1 laukur, smátt saxaður
- 2 hvítlauksgeirar, saxaðir
- 1 tommu stykki af fersku engifer, rifið
- 2 tómatar, saxaðir
- 1 matskeið karrýduft
- 1 tsk malað kúmen
- 1 tsk malað kóríander
- 1/2 tsk túrmerikduft
- 1/4 tsk chili duft (stilla að kryddi þínum)
- 1 bolli kókosmjólk
- Salt og pipar eftir smekk
- Saxað ferskt kóríander, til skrauts
- Soðin hvít hrísgrjón, til framreiðslu

LEIÐBEININGAR:

a) Hitið jurtaolíuna í stórum potti eða pönnu yfir meðalhita.

b) Bætið söxuðum lauk, söxuðum hvítlauk og rifnum engifer út í. Steikið þar til laukurinn er orðinn mjúkur og hálfgagnsær.

c) Bætið geitakjötinu í pottinn og eldið þar til það er brúnt á öllum hliðum.

d) Hrærið söxuðum tómötum, karrýdufti, möluðu kúmeni, möluðu kóríander, túrmerikdufti og chilidufti saman við. Blandið öllu vel saman.

e) Hellið kókosmjólkinni út í og hitið karrýið að suðu.

f) Lokið pottinum og látið geitakjötið sjóða í kókoskarrýinu í um 1,5 til 2 klukkustundir eða þar til það er orðið meyrt og dettur auðveldlega af beininu.
g) Þú gætir þurft að bæta við vatni á meðan á eldun stendur ef karrýið fer að verða of þurrt.
h) Kryddið með salti og pipar eftir smekk.
i) Skreytið með söxuðu fersku kóríander áður en það er borið fram.
j) Berið fram fídjeyskt geitakarrý með soðnum hvítum hrísgrjónum eða roti fyrir staðgóða og bragðmikla máltíð.

31. Fídjeysk taró og spínatsúpa

HRÁEFNI:

- 2 bollar taró, afhýtt og skorið í teninga
- 1 bolli ferskt spínat, saxað
- 1/2 laukur, saxaður
- 2 hvítlauksgeirar, saxaðir
- 4 bollar grænmetis- eða kjúklingasoð
- 1/2 bolli kókosmjólk
- Salt og pipar eftir smekk

LEIÐBEININGAR:

a) Steikið laukinn og hvítlaukinn í stórum potti þar til hann er ilmandi.
b) Bætið taróinu í bita út í og steikið í nokkrar mínútur.
c) Hellið soðinu út í og látið malla þar til taróið er mjúkt.
d) Bætið söxuðu spínatinu og kókosmjólkinni út í. Eldið þar til spínatið visnar.
e) Kryddið með salti og pipar.
f) Berið fram þessa fídjeysku taró- og spínatsúpu sem staðgóðan forrétt.

32. Fídjeyskt lambpottrétt

HRÁEFNI:

- 2 pund lambakjöt, skorið í bita
- 2 matskeiðar jurtaolía
- 1 laukur, smátt saxaður
- 2 hvítlauksgeirar, saxaðir
- 1 tommu stykki af fersku engifer, rifið
- 2 tómatar, saxaðir
- 1 matskeið karrýduft
- 1 tsk malað kúmen
- 1 tsk malað kóríander
- 1/2 tsk túrmerikduft
- 1/4 tsk chili duft (stilla að kryddi þínum)
- 1 bolli kókosmjólk
- 2 bollar vatn eða grænmetissoð
- Salt og pipar eftir smekk
- Saxað ferskt kóríander, til skrauts
- Soðin hvít hrísgrjón eða roti, til framreiðslu

LEIÐBEININGAR:

a) Hitið jurtaolíuna í stórum potti eða hollenskum ofni yfir meðalhita.

b) Bætið söxuðum lauk, söxuðum hvítlauk og rifnum engifer út í. Steikið þar til laukurinn er orðinn mjúkur og hálfgagnsær.

c) Bætið lambakjötinu í pottinn og eldið þar til það er brúnt á öllum hliðum.

d) Hrærið söxuðum tómötum, karrýdufti, möluðu kúmeni, möluðu kóríander, túrmerikdufti og chilidufti saman við. Blandið öllu vel saman.

e) Hellið kókosmjólkinni og vatni eða grænmetissoði út í. Látið soðið sjóða.

f) Lokið pottinum og látið lambakjötið sjóða við vægan hita í um 1,5 til 2 klukkustundir eða þar til kjötið er meyrt og bragðmikið.
g) Kryddið með salti og pipar eftir smekk.
h) Skreytið með söxuðu fersku kóríander áður en það er borið fram.
i) Berið fram fídjeyska lambakjötið með soðnum hvítum hrísgrjónum eða roti fyrir staðgóða og ljúffenga máltíð.

33. Fídjeyskt Squash Kale Curry

HRÁEFNI:

- 1 bolli grænkál, saxað
- 2 bollar kókosmjólk
- 2 bollar butternut squash, í teningum
- 1 matskeið hvítlauksduft
- 1 bolli kjúklingabaunir, lagðar í bleyti yfir nótt
- 1 tsk chili duft
- 1 matskeið kúmenduft
- 2 bollar grænmetissoð
- 3 hvítlauksgeirar, saxaðir
- 1 meðalstór laukur, saxaður
- 3 matskeiðar ólífuolía
- 1 tsk pipar

LEIÐBEININGAR:

a) Blandið öllu hráefninu saman í instant pottinn og blandið vel saman.

b) Lokið pottinum með loki og látið malla við lágan hita í 6 klukkustundir.

c) Hrærið vel áður en borið er fram.

34. Fídjeyskt spínat linsukarrý

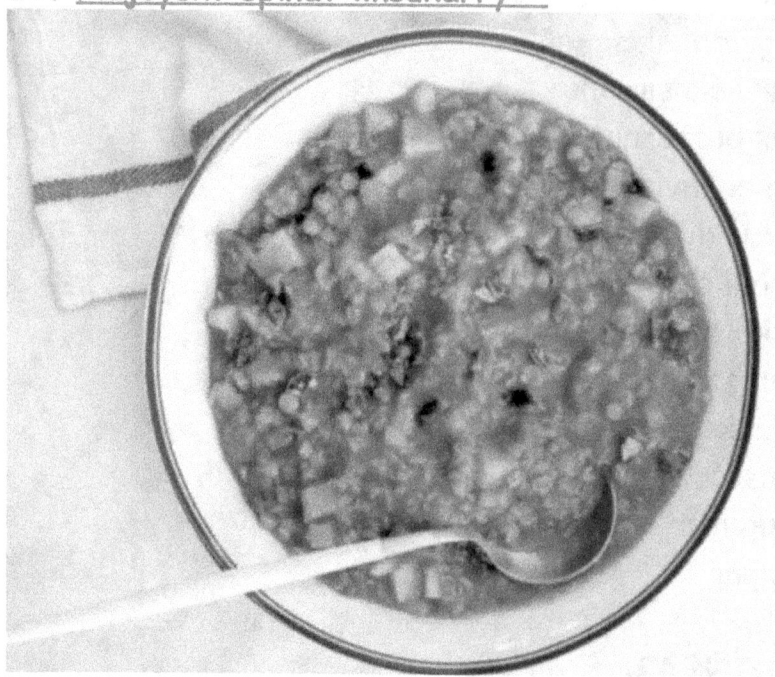

HRÁEFNI:
- 4 bollar barnaspínat, saxað
- 1 meðalstór laukur, saxaður
- 2 matskeiðar ólífuolía
- 3 bollar grænmetiskraftur
- 3 hvítlauksrif, söxuð
- 1/4 tsk cayenne pipar
- 1 1/2 bollar rauðar linsubaunir, þurrkaðar
- 1 tsk malað kóríander
- 1 tsk malað kúmen
- 1/4 bolli kóríander, saxað
- 1 meðalstór kartöflu, skorin í teninga
- 1 tsk malað túrmerik
- 1/2 tsk salt

LEIÐBEININGAR:
a) Hellið olíunni í pottinn og kveikið á henni í sauté-stillingu.
b) Steikið laukinn í 5 mínútur.
c) Bætið hvítlauknum út í og eldið í 30 sekúndur í viðbót.
d) Kasta út í cayenne, túrmerik, kóríander og kúmen.
e) Hrærið öllu vel saman.
f) Blandið saman kartöflunum, grænmetiskraftinum, linsubaununum og salti í stórri blöndunarskál. Hrærið öllu vel saman.
g) Eldið á háum hita með loki á pottinum.
h) Notaðu hraðlosunaraðferðina til að létta þrýstinginn áður en lokið er opnað.
i) Hellið kóríander og spínati út í.

35. Fídjieyjar linsubaunir Chipotle karrý

HRÁEFNI:

- 1 bolli brúnar linsubaunir; skolað og tínt
- 1/2 miðlungs laukur; hakkað.
- 1/2 meðalgræn paprika; hakkað.
- 1/2 matskeið canola olía
- 1 chipotle í adobo sósu
- 1/4 bolli sólþurrkaðir tómatar; hakkað.
- 1/2 tsk malað kúmen
- 1 hvítlauksrif; hakkað.
- 1½ matskeiðar chili duft
- 1 dós (1/4 oz. niðurskornir tómatar
- 2 bollar grænmetissoð
- Salt; að smakka

LEIÐBEININGAR:

a) Setjið laukinn og paprikuna í Instant Pot og eldið í 2 mínútur á Sauté aðgerðinni.

b) Steikið í 1 mínútu eftir að hafa hrært hvítlauk og chili duftið út í.

c) Festið lokið og bætið restinni af hráefninu saman við.

d) Eldið í 12 mínútur við háþrýsting með því að nota handvirka aðgerðina.

e) Berið fram með skraut af söxuðum kóríander og rifnum Cheddar osti.

36. Fídjeyskt bauna sinnep karrí

HRÁEFNI:

- ½ bolli tómatsósa
- ½ matskeið ólífuolía
- 2 matskeiðar melass
- 2 tsk sinnepsduft
- ¼ tsk malaður svartur pipar
- 1 ½ sneið beikon, saxað
- ½ meðalstór laukur, saxaður
- ½ lítil græn paprika, saxuð
- 1 ½ dós navy baunir, skolaðar og tæmdar
- 1 tsk eplaedik
- 2 matskeiðar saxað kóríander

LEIÐBEININGAR:

a) Í Instant pottinum þínum skaltu velja Sauté stillinguna og bæta við olíu, lauk, beikoni og papriku í 6 mínútur.
b) Festið hlífina og bætið hinum hráefnunum við.
c) Eldið í 8 mínútur við háþrýsting með því að nota handvirka aðgerðina.
d) Eftir pípið skaltu gera Natural-sleppingu í 10 mínútur, síðan hraðsleppa til að fjarlægja leifargufuna.
e) Stráið söxuðum kóríander yfir.

37. Fídjeysk hvít baun og hrísgrjón karrý

HRÁEFNI:

- 1 pund hvítar baunir, lagðar í bleyti og skolaðar
- ½ tsk rauð paprika
- ½ tsk malað túrmerik
- 1 matskeið laukduft
- 2 tsk hvítlauksduft
- 1-2 tsk salt
- 1 lárviðarlauf
- 6 bollar ósaltað grænmetissoð
- Soðin hvít hrísgrjón til að bera fram

LEIÐBEININGAR:

a) Í Instant Pot, blandaðu saman öllum tilgreindum hráefnum nema hvítu hrísgrjónunum.

b) Festið lokið með því að hylja það. Gakktu úr skugga um að þrýstilosunarhandfangið sé í lokuðu stöðunni.

c) Eftir hljóðið skaltu framkvæma 20 mínútna náttúrulega losun.

d) Hrærið vel og berið fram strax með heitum hvítum hrísgrjónum.

38. Fijian Red Quinoa með kartöflum

HRÁEFNI:
- 2 matskeiðar Olía
- 1 tsk kúmenfræ
- 1 bolli rautt kínóa, skolað og tæmt
- 10 karrýblöð, saxuð
- 1 tsk hakkað heitt grænt chiles
- 1 lítil rauð kartöflu, skorin í ½ tommu teninga
- 1½ bolli vatn
- 1½ tsk kosher salt
- ½ bolli ósaltaðar jarðhnetur
- Safi úr 1 sítrónu
- ¼ bolli hakkað ferskt kóríander
- Sítrónusúrur til framreiðslu
- Venjuleg jógúrt til að bera fram

LEIÐBEININGAR:
a) Forhitið olíuna í Instant Pot með því að nota háu Sauté stillinguna.
b) Eldið kúmenfræin í heitu olíunni neðst í pottinum þar til þau eru að krauma, um það bil 1 til 2 mínútur.
c) Bætið kínóa, karrýlaufum og chiles út í og eldið í 2 til 3 mínútur, eða þar til kínóa er ristað.
d) Blandið kartöflunni, vatni og salti saman í blöndunarskál.
e) Skafið hliðarnar á pottinum til að tryggja að allt kínóa sé á kafi.
f) Veldu Pressure Cook eða Manual og eldaðu í 2 mínútur við háþrýsting.
g) Ristaðu hneturnar létt á lítilli pönnu í 2 til 3 mínútur, hrærðu reglulega og settu til hliðar til að kólna.
h) Leyfðu þrýstingnum að hverfa af sjálfu sér; þetta ætti að taka um 10 mínútur.

i) Hellið sítrónusafanum í pottinn og blandið hnetunum út í.

j) Skeið khichdi í skálar, skreytið með kóríander, ögn af venjulegri jógúrt og sítrónu súrum gúrkum og berið fram.

1.

39. Fídjeyskar karrý rauðar linsubaunir

HRÁEFNI:

- 2 matskeiðar ghee
- ½ tsk kúmenfræ
- 1 lítill gulur laukur, smátt skorinn
- 1 plómutómatur, kjarnhreinsaður og skorinn í teninga
- 1 matskeið saxaður hvítlaukur
- 1½ tsk rifið ferskt engifer
- 1 bolli linsubaunir, skolað
- 1 tsk malað kóríander
- ½ tsk rautt chili duft
- ⅛ teskeið malað túrmerik
- 2 tsk Kosher salt
- 3 til 4 bollar vatn
- 1 msk rifið jaggery
- ½ bolli hakkað ferskt kóríander

LEIÐBEININGAR:

a) Forhitið ghee í Instant Pot með því að nota háu Sauté stillinguna.

b) Eldið kúmenfræin í upphituðu ghee neðst á pottinum í um það bil 1 mínútu, eða þar til þau byrja að klikka.

c) Bætið lauknum, tómötunum, hvítlauknum og engiferinu út í og eldið í 2 mínútur, eða þar til tómatarnir mýkjast.

d) Í stórri blöndunarskál skaltu sameina linsubaunir, kóríander, chiliduft, túrmerik og salt; bætið 3 bollum af vatni við og þeytið til að blanda saman.

e) Veldu Pressure Cook eða Manual og eldið í 10 mínútur við háþrýsting.

f) Leyfðu 10 mínútum fyrir þrýstinginn að slaka á náttúrulega.

g) Setjið jaggery og 1 bolla af vatni sem eftir er í pottinn.

h) Smakkið til og kryddið með salti ef þarf. Veldu valkostinn Sauté og eldaðu í 5 mínútur, eða þar til linsurnar ná mildri suðu.

i) Hellið í skálar og toppið með kóríander áður en það er borið fram.

40. Fijian Black-eyed Peas karrý

HRÁEFNI:
- 1 matskeið hlutlaus jurtaolía
- 1 lítill gulur laukur, smátt skorinn
- 1 matskeið saxaður hvítlaukur
- 1½ tsk rifið ferskt engifer
- 1 bolli þurrkaðar svarteygðar baunir, skolaðar
- 1 plómutómatur, kjarnhreinsaður og skorinn í teninga
- 1½ tsk kosher salt
- 1 tsk rautt chile duft
- 1 tsk malað kóríander
- ½ tsk malað kúmen
- ¼ tsk malað túrmerik
- 3 bollar vatn
- Soðin hrísgrjón

LEIÐBEININGAR:
a) Forhitið olíuna í Instant Pot með því að nota háu Sauté stillinguna.
b) Bætið lauknum, hvítlauknum og engiferinu út í og eldið í 2 mínútur, eða þar til laukurinn fer að verða hálfgagnsær.
c) Kasta út í svarteygðu baununum, tómötunum, salti, chiliduftí, kóríander, kúmeni og túrmerik og síðan vatninu.
d) Hitið ofninn í háan hita og steikið karrýið þar til það nær hæfilegri suðu og berið svo fram.

41. Fídjeyskt kjúklingakarrí

HRÁEFNI:

- 1 bolli þurrkaðar kjúklingabaunir, skolaðar
- 3½ bollar vatn
- 2 matskeiðar ghee
- 1 tsk kúmenfræ
- 1 gulur laukur, smátt skorinn
- 1 tsk rifið ferskt engifer
- 1 tsk hakkaður hvítlaukur
- 1 matskeið malað kóríander
- 2 tsk kosher salt
- 1 til 2 tsk rautt chile duft
- ¼ tsk malað túrmerik
- 2 plómutómatar, smátt skornir
- ¼ tsk Garam masala
- ½ bolli hakkað ferskt kóríander

LEIÐBEININGAR:

a) Forhitið ghee í Instant Pot með því að nota háu Sauté stillinguna.

b) Eldið kúmenfræin í heitu olíunni neðst á pottinum í um það bil 1 mínútu, eða þar til þau byrja að klikka.

c) Bætið lauknum út í og látið malla, hrærið reglulega, í um það bil 5 mínútur, eða þar til hann er gegnsær.

d) Bætið engiferinu og hvítlauknum út í og eldið í 1 mínútu, eða þar til ilmandi.

e) Kastaðu kóríander, salti, chilidufti, túrmerik og kjúklingabaunum út í, ásamt 112 bolla af vatni, og hrærðu vel með tréskeið, skafa upp brúna bita úr botninum á pottinum.

f) Veldu Pressure Cook eða Manual og stilltu teljarann á 35 mínútur við háþrýsting.

g) Leyfðu 10 til 20 mínútum fyrir þrýstinginn að losa náttúrulega.
h) Setjið tómatana og Garam masala í pottinn.
i) Veldu háa sauté stillingu og eldaðu í 5 mínútur, eða þar til tómatarnir mýkjast.
j) Hellið í skálar og toppið með kóríander áður en það er borið fram.

42. Fídjeysk kókos Blandaðar linsubaunir

HRÁEFNI:

- ¼ bolli grófsaxað ferskt kóríander
- ¼ bolli vatn
- 3 matskeiðar rifinn kókos
- 1 matskeið saxaður hvítlaukur
- 1 tsk hægeldaður heitur grænn chiles
- 1 tsk rifið ferskt engifer
- 2 matskeiðar ghee
- ½ tsk svört sinnepsfræ
- ¼ tsk malað túrmerik
- ⅛ teskeið asafoetida
- 1 bolli margskonar linsubaunir, skolaðar
- 2 tsk malað kóríander
- ½ tsk malað kúmen
- Kosher salt
- 3 til 4 bollar vatn
- ½ bolli hakkað ferskt kóríander

LEIÐBEININGAR:

a) Til að búa til kryddmaukið, setjið kóríander, vatn, kókos, hvítlauk, chili og engifer í litla matvinnsluvél og hrærið þar til þykkt deig myndast.

b) Hitið ghee í Instant Pot með því að nota High Sauté valkostinn.

c) Kasta sinnepsfræjunum í heitu olíuna nálægt botnkantinum á pottinum og steikið þar til þau springa.

d) Blandið saman túrmerikinu, asafoetida og kryddmaukinu og bætið við.

e) Í stórri blöndunarskál, bætið linsubaunir, kóríander, kúmeni og 112 matskeiðar af salti; hellið 2 bollum af vatni út í og þeytið til að blanda saman.

f) Veldu Pressure Cook eða Manual og eldið í 10 mínútur við háþrýsting.
g) Veldu hásteiktu valkostinn og eldaðu í 4 til 5 mínútur, eða þar til suðuna nær hæfilegri suðu.
h) Settu matinn á borðið.
1.

43. Fídjeysk tómatar og rófusúpa karrý

HRÁEFNI:

- 4 plómutómatar, kjarnhreinsaðir og skornir í fjórða
- 2 gulrætur, skrældar og skornar í sneiðar
- 1 rófa, afhýdd og skorin í teninga
- ½ tsk malað kúmen
- 2 tommu kanilstöng
- 2 tsk karrýduft r
- Kosher salt
- 3 bollar vatn
- 2 matskeiðar arrowroot duft
- ½ tsk nýmalaður svartur pipar
- 2 bollar brauðteningur

LEIÐBEININGAR:

a) Í Instant Pot, blandaðu saman tómötum, gulrótum, rófum, kúmeni, kanilstöng, karrýdufti, salt og vatni.
b) Eldið við háþrýsting í 10 mínútur.
c) Takið kanilstöngina úr pottinum og setjið til hliðar.
d) Maukið súpuna með blöndunartæki þar til hún er alveg slétt.
e) Hellið örvarótarduftinu rólega út í á meðan hrært er stöðugt.
f) Bætið piparnum út í og hrærið saman, smakkið til og kryddið með salti ef þarf.
g) Hitið ofninn í háan hita og steikið súpuna þar til hún kemur að vægri suðu.
h) Toppið með brauðteningum og berið fram strax.

44. Fídjeysk grasker og kókossúpa

HRÁEFNI:
- 1½ pund afhýtt og sneið grasker
- ½ bolli niðurskorinn gulur laukur
- 4 hvítlauksrif, afhýdd
- 1 dós fituskert kókosmjólk
- 1 bolli natríumsnautt grænmetissoð
- 1 matskeið ólífuolía
- 1½ tsk kosher salt
- 1 tsk Garam masala
- 1 klípa cayenne pipar

LEIÐBEININGAR:
a) Blandið saman graskerinu, lauknum, hvítlauknum, kókosmjólkinni, grænmetissoðinu, ólífuolíu og salti í Instant pottinum og hrærið saman.

b) Veldu Pressure Cook eða Manual og stilltu teljarann á 8 mínútur við háþrýsting.

c) Færðu þrýstilokið í loftræstingu til að framkvæma hraða losun. Opnaðu pottinn og maukaðu súpuna með hrærivél þar til hún er mjúk.

d) Bætið garam masala og cayenne pipar út í og hrærið saman.

e) Hellið súpunni í skálar, skreytið með ögn af Garam masala og cayenne og berið fram strax.

45. Fídjeysk túrmerik blómkálssúpa

HRÁEFNI:

- 1 matskeið ólífuolía
- 1 gulur laukur, sneiddur
- 1 tsk fennel fræ
- 3 bollar blómkálsblóm
- 2 plómutómatar, kjarnhreinsaðir og skornir í teninga
- 1 rauðbrún kartöflu, skorin í teninga
- 6 hvítlauksrif, afhýdd
- 1 tsk rifið ferskt engifer
- 3 bollar vatn, auk meira eftir þörfum
- 20 hráar kasjúhnetur
- ¼ tsk malað túrmerik
- 1 tsk malað kóríander
- 1 tsk malað kúmen
- 1 tsk kosher salt
- ½ tsk Garam masala
- ¼ bolli hakkað ferskt kóríander
- ¼ tsk cayenne pipar

LEIÐBEININGAR:

a) Forhitið ólífuolíuna í Instant Pot með því að nota Sauté valkostinn.
b) Bætið lauknum og fennelfræjunum út í og eldið í 1 mínútu, eða þar til ilmandi.
c) Blandið saman blómkáli, tómötum, kartöflum, hvítlauk og engifer í stóra blöndunarskál.
d) Bætið vatni, kasjúhnetum, túrmerik, kóríander, kúmeni og salti í stóra blöndunarskál.
e) a)Veldu Pressure Cook eða Manual og eldið í 10 mínútur við lágan þrýsting.

f) Blandið súpunni þar til hún er slétt og rjómalöguð og bætið síðan garam masala út í.

g) Veldu valkostinn Sauté og eldaðu í 5 mínútur, eða þar til súpan nær vægum suðu.

h) Hellið súpunni í skálar, toppið með kóríander og ögn af Garam masala og cayenne pipar og berið fram strax.

46. Fídjeyskt kryddað lambapottréttur

HRÁEFNI:

- 2 matskeiðar hlutlaus jurtaolía
- 2 tommu kanilstöng
- 2 indversk lárviðarlauf
- 20 svört piparkorn
- 4 grænir kardimommubelgir
- 1½ pund beinlaus lambaöxl
- 2 gulir laukar, hver skorinn í 8 klumpur
- 2 gulrætur
- 2 stórar gular kartöflur
- 3 þurrkaðir rauðir chili
- 1 matskeið kosher salt
- 1 tsk rautt chile duft
- ½ bolli vatn
- ¼ bolli hakkað ferskt kóríander

LEIÐBEININGAR:

a) Forhitið olíuna í Instant Pot með því að nota háu Sauté stillinguna.

b) Steikið kanilstöngina, lárviðarlaufin, piparkornin og kardimommuna í 1 mínútu, eða þar til arómatískt.

c) Bætið lambakjötsbitunum út í og steikið í 2 til 3 mínútur, snúið hverjum bita nokkrum sinnum, þar til það er léttbrúnað.

d) Hellið lauknum, gulrótunum, kartöflunum, chili, salti og chilidufti út í, og síðan vatnið.

e) a)Veldu kjöt/plokkfisk sem eldunarstillingu og stilltu tímamælirinn í 35 mínútur við háan þrýsting.

f) Leyfðu 10 mínútum fyrir þrýstinginn að slaka á náttúrulega.

g) Veldu háu sauté-stillinguna og látið malla í um það bil 5 mínútur, eða þar til soðið byrjar að þykkna.

h) Til að slökkva á Instant Pot, ýttu á Cancel. Þegar soðið kólnar mun það þykkna enn meira.

i) Hellið soðinu í rétti, toppið með kóríander og berið fram strax.

47. Fídjeysk rauð linsubaunasúpa

HRÁEFNI:

- 1 gulur laukur, smátt skorinn
- 1 gulrót, afhýdd og skorin í sneiðar
- 1 bolli niðursoðnir niðursoðnir tómatar með safa
- 1 bolli linsubaunir, skolað
- 2 matskeiðar saxaður hvítlaukur
- 1 tsk rautt chile duft
- 1 tsk malað kóríander
- ½ tsk malað kúmen
- ½ tsk Garam masala
- ¼ tsk malað túrmerik
- 3 bollar natríumsnautt grænmetissoð
- 1 bolli vatn
- Kosher salt
- 2 stórar handfyllingar af barnaspínati
- ¼ bolli hakkað ferskt kóríander
- 4 til 6 sítrónubátar

LEIÐBEININGAR:

a) Blandaðu saman lauknum, gulrótunum, tómötunum og safa þeirra, linsubaunir, hvítlauk, chilidufti, kóríander, kúmen, Garam masala og túrmerik í skyndipottinum.
b) Hellið grænmetissoðinu út í og blandið vel saman.
c) Veldu Pressure Cook eða Manual og stilltu teljarann á 8 mínútur við háþrýsting.
d) Leyfðu þrýstingnum að losa náttúrulega í 10 mínútur.
e) Takið lokið af pottinum. Notaðu bakhliðina á skeið til að mauka linsurnar á háu sauté-stillingunni.
f) Hrærið vatninu út í, smakkið til og smakkið til með salti ef þarf.

g) Bætið spínatinu út í og látið malla, hrærið af og til, þar til súpan nær mildum suðu.

h) Setjið skeið í skálar, toppið með kóríander og berið fram strax með kreista af sítrónu.

48. Fídjeyskt Butter Chicken Curry

HRÁEFNI:

- 2 matskeiðar ghee
- 1 stór gulur laukur, smátt skorinn
- 2 pund beinlaus kjúklingalæri
- 1 bolli niðursoðinn tómatpuré
- ½ bolli vatn
- 1 msk rifið ferskt engifer
- 1 matskeið saxaður hvítlaukur
- 2 tsk rautt chile duft
- 2 tsk kosher salt
- 1 tsk Garam masala
- ½ tsk malað túrmerik
- ½ bolli niðursoðinn kókosrjómi
- 2 matskeiðar tómatmauk
- 2 matskeiðar þurrkuð fenugreek lauf
- 2 tsk sykur
- ½ bolli hakkað ferskt kóríander
- 2 bollar soðin basmati hrísgrjón

LEIÐBEININGAR:

a) Forhitið ghee í Instant Pot með því að nota háu Sauté stillinguna.

b) Bætið lauknum út í og látið malla í 4 til 5 mínútur, eða þar til hann er gegnsær.

c) Bætið kjúklingnum, tómatmaukinu, vatni, engifer, hvítlauk, chili dufti, salti, Garam masala og túrmerik í stóra blöndunarskál.

d) Bætið kókosrjóma, tómatmauki, fenugreek og sykri í stóra blöndunarskál.

e) Notaðu háu sauté stillinguna, eldaðu í um það bil 2 mínútur, eða þar til karrýið er komið að suðu og er vel hitað.

f) Hellið hrísgrjónunum á diska og toppið með karrýinu.

g) Skreytið með kóríander áður en borið er fram.

49. Fídjeyskt hakkað kjúklingur chili

HRÁEFNI:
- 2 matskeiðar hlutlaus jurtaolía
- 1 tsk kúmenfræ
- 1 stór gulur laukur, smátt skorinn
- 1 pund malaður kjúklingur
- 1 msk rifið ferskt engifer
- 1 matskeið saxaður hvítlaukur
- 2 tsk rautt chile duft
- 1½ tsk kosher salt
- ½ tsk malað túrmerik
- 2 plómutómatar, kjarnhreinsaðir og smátt skornir
- 1 gul kartöflu
- ¼ bolli vatn
- 2 matskeiðar malað kóríander
- 1 tsk Garam masala
- ½ bolli hakkað ferskt kóríander

LEIÐBEININGAR:
a) Forhitið olíuna í Instant Pot með því að nota Sauté valkostinn.
b) Bætið kúmenfræjunum út í og hitið í 1 mínútu, eða þar til þau byrja að klikka.
c) Bætið lauknum út í og eldið í 4 til 5 mínútur, eða þar til hann er mjúkur og gegnsær.
d) Eldið, brjótið kjúklinginn í sundur með engifer, hvítlauk, chilidufti, salti og túrmerik.
e) Kasta tómötum, kartöflum og vatni út í með tréskeið, skafðu upp brúna bita úr botninum á pottinum.
f) Bætið kóríander og garam masala út í blönduna.
g) Veldu Pressure Cook eða Manual og eldaðu í 4 mínútur við háþrýsting.

h) Leyfðu þrýstingnum að losa náttúrulega í 10 mínútur.
i) Bætið kóríander út í og berið fram.

50. Fídjeyskt kjúklinga- og spínatkarrí

HRÁEFNI:

- 2 matskeiðar hlutlaus jurtaolía
- $\frac{1}{2}$ tsk kúmenfræ
- 4 negull
- 10 svört piparkorn
- 1 gulur laukur, smátt skorinn
- 1 til 2 teskeiðar hakkað heitt grænt chile
- 2 tsk rifið ferskt engifer
- 2 tsk hakkaður hvítlaukur
- 1$\frac{1}{2}$ pund kjúklingabringur eða læri
- $\frac{1}{2}$ bolli niðursoðinn tómatpuré
- 2 matskeiðar vatn
- 1$\frac{1}{2}$ tsk kosher salt
- $\frac{1}{4}$ tsk malað túrmerik
- $\frac{1}{2}$ tsk Garam masala
- 2 bollar soðin hrísgrjón

LEIÐBEININGAR:

a) Forhitið olíuna á háu sauté stillingunni.

b) Eldið í 30 sekúndur, eða þar til kúmenfræin, negullin og piparkornin eru ristuð.

c) Hrærið lauknum og chili saman við og eldið þar til laukurinn er gegnsær, um það bil 5 mínútur.

d) Bætið engiferinu og hvítlauknum út í, hrærið til að blanda saman og eldið í 1 mínútu, eða þar til ilmandi.

e) Blandið saman kjúklingnum, tómatmaukinu, vatni, salti, túrmerik og Garam masala í stóra blöndunarskál og hrærið vel með tréskeið til að fjarlægja brúna bita úr botninum á pottinum.

f) Veldu hár Sauté valkostinn. Hellið spínatinu út í og blandið vel saman.

g) Hellið hrísgrjónunum á diska og toppið með karrýinu.
h) Berið fram strax.
1.

51. Fídjeysk karrý kókosrækjur

HRÁEFNI:
- 1 dós kókosmjólk
- 1 matskeið kókosolía
- 1 gulur laukur, þunnt sneið
- 6 negull
- 4 grænir kardimommubelgir
- 2 tommu kanilstöng
- 4 lítill heitur grænn chili, helmingaður
- 15 karríblöð
- 2 tsk rifið ferskt engifer
- 2 tsk hakkaður hvítlaukur
- 2 plómutómatar, sneiddir
- $\frac{1}{2}$ tsk malað túrmerik
- $1\frac{1}{2}$ pund rækja með hala
- 1 tsk kosher salt
- $\frac{1}{4}$ bolli hakkað ferskt kóríander
- Gufusoðin hrísgrjón til framreiðslu

LEIÐBEININGAR:
a) Hitið kókosolíuna í Instant Pot á háu sauté stillingunni.
b) Steikið laukinn, negulnaglana, kardimommuna og kanilstöngina þar til laukurinn mýkist og verður hálfgagnsær, um það bil 5 mínútur.
c) Bætið chili, karrýlaufum, engifer og hvítlauk út í og eldið í 1 mínútu, eða þar til ilmandi.
d) Bætið tómötum, túrmerik og rækjum í stóra blöndunarskál. Hrærið kókosvatninu og salti út í einu sinni enn.
e) Veldu Pressure Cook eða Manual og eldaðu í 2 mínútur við lágan þrýsting.

f) Takið lokið af pottinum, þeytið kókosrjómanum út í og toppið með kóríander.

g) Berið rækjurnar fram með gufusoðnum hrísgrjónum í skál.

52. Fijian Lamb vindaloo Fusion

HRÁEFNI:

- ¼ bolli hvítvínsedik
- 4 matskeiðar Lamb Vindaloo kryddblanda
- 2 matskeiðar saxaður hvítlaukur
- 1 msk rifið ferskt engifer
- 3 tsk kosher salt
- 2 pund beinlaus lambaöxl
- ¼ bolli ghee
- 1 tsk svört sinnepsfræ
- 1 stór gulur laukur, smátt skorinn
- ½ bolli vatn
- 1 stór gul kartöflu, afhýdd
- 2 matskeiðar rautt chile duft
- 1 matskeið púðursykur
- 1 matskeið tamarind þykkni líma
- ⅛ teskeið malað túrmerik
- Cayenne pipar
- ½ bolli hakkað ferskt kóríander
- Gufusoðin hrísgrjón til framreiðslu
- 8 Parathas til framreiðslu

LEIÐBEININGAR:

a) Í blöndunarskál, þeytið saman edik, kryddblöndu, hvítlauk, engifer og 2 matskeiðar salt.

b) Hellið lambinu út í og snúið við þannig að það verður jafnt yfir.

c) Hitið ghee í Instant Pot með því að nota High Sauté valkostinn.

d) Bætið sinnepsfræjunum við heitt ghee í botni pottsins og eldið í 2 til 3 mínútur, eða þar til þau byrja að poppa.

e) Bætið lauknum og 1 tsk salti sem eftir er út í og eldið í 5 mínútur, eða þar til laukurinn er gegnsær. Hrærið marineruðu lambinu saman við þar til allt hefur blandast vel saman.

f) Bætið vatninu út í og blandið vel saman með tréskeið.

g) Ofan á lambið, raðið kartöflubitunum; ekki sameinast.

h) Veldu Pressure Cook eða Manual og eldaðu í 20 mínútur við háþrýsting.

i) Leyfðu 15 mínútum fyrir þrýstinginn að slaka á náttúrulega.

j) Í stórri blöndunarskál skaltu sameina chile duftið, púðursykurinn, tamarindmauk, túrmerik og cayenne pipar.

k) Veldu háu sauté stillinguna og eldaðu í 1 mínútu til að sameina kryddin.

l) Hellið karrýinu á diska og toppið með kóríander.

53. Fídjeyskt kókoshnetunautakerrí

HRÁEFNI:
- 1 ½ pund. nautakjöt, skera í bita
- ½ bolli basilíka, skorin í sneiðar
- 2 matskeiðar púðursykur
- 2 matskeiðar fiskisósa
- ¼ bolli kjúklingakraftur
- ¾ bolli kókosmjólk
- 2 matskeiðar karrýmauk
- 1 laukur, sneiddur
- 1 paprika, skorin í sneiðar
- 1 sæt kartöflu

LEIÐBEININGAR:
a) Blandið öllum hráefnum nema basilíkunni saman í instant pottinum og hrærið vel.
b) Eldið á háum hita í 15 mínútur eftir að potturinn er lokaður með loki.
c) Leyfðu þrýstingnum að losna á náttúrulegan hátt áður en lokið er opnað.
d) Bætið basilíkunni út í og blandið vel saman.
e) Berið fram.

MEÐLÖG OG SALÖT

54. Roti (fídjeyskt flatbreyð)

HRÁEFNI:

- 2 bollar alhliða hveiti
- 1/2 tsk salt
- Vatn

LEIÐBEININGAR:

a) Blandið saman hveiti og salti í skál.

b) Bætið vatni smám saman út í og hnoðið þar til það myndast mjúkt, klístrað deig.

c) Skiptið deiginu í golfbolta á stærð og rúllið í þunna hringi.

d) Hitið pönnu eða pönnu við meðalháan hita.

e) Steikið roti á heitri pönnu í um það bil 1-2 mínútur á hvorri hlið, eða þar til þeir blása upp og mynda brúna bletti.

f) Berið fram með chutney eða karrý að eigin vali.

55. Fídjeysk gufusoðin kókos og kassava

HRÁEFNI:

- 1 pund kassava, afhýdd og skorin í bita
- 1 bolli kókosmjólk
- 1/4 bolli vatn
- 1 msk sykur (valfrjálst, stilla eftir smekk)
- Klípa af salti

LEIÐBEININGAR:

a) Í stórum potti eða gufubát, bætið kassavabitunum út í og látið gufa við meðalhita í um 15-20 mínútur eða þar til þeir eru orðnir mjúkir og eldaðir í gegn.

b) Blandið kókosmjólkinni, vatni, sykri (ef það er notað) og klípa af salti í sérstakan pott.

c) Hitið kókosmjólkurblönduna við vægan hita þar til hún er orðin í gegn en ekki sjóðandi.

d) Fjarlægðu gufusoðið kassava úr pottinum eða gufubátnum og færðu það yfir í framreiðslufat.

e) Hellið volgri kókosmjólkurblöndunni yfir gufusoðna kassava.

f) Berið fram fídjeyska gufusoðnu kókoshnetuna og kassava sem yndislegt og huggulegt meðlæti.

56. Fídjeysk soðin Taro lauf og kókosrjómi

HRÁEFNI:

- 1 búnt af ferskum taro laufum, þvegið og saxað
- 1 dós (400ml) kókosrjómi
- 1 laukur, smátt saxaður
- 2 hvítlauksgeirar, saxaðir
- 1-2 rauð chilipipar, fræhreinsuð og saxuð (má sleppa)
- Salt og pipar eftir smekk

LEIÐBEININGAR:

a) Látið suðuna koma upp í stórum potti og bætið söxuðum taro laufunum út í.

b) Sjóðið blöðin í um 15-20 mínútur eða þar til þau eru mjúk.

c) Hellið vatninu af og setjið soðnu laufin til hliðar.

d) Í sama potti, hitið smá olíu yfir meðalhita og steikið saxaðan lauk, hvítlauk og chilipipar þar til laukurinn er hálfgagnsær og ilmandi.

e) Bætið soðnu taro laufunum út í pottinn og blandið vel saman við steikta hráefnið.

f) Hellið kókosrjómanum út í og hrærið saman.

g) Kryddið með salti og pipar eftir smekk og látið malla við vægan hita í 5-10 mínútur.

h) Berið fram heitt sem hefðbundið fídjeyskt meðlæti með hrísgrjónum eða öðrum aðalréttum.

57. Fídjeyskt sjávargrape

HRÁEFNI:

- Fersk sjávarþrúgur
- Lime eða sítrónubátar, til framreiðslu

LEIÐBEININGAR:

a) Skolaðu fersku sjávarþrúgurnar undir köldu rennandi vatni til að fjarlægja sand eða rusl.

b) Þurrkaðu vínberin með hreinu eldhúsþurrku eða pappírshandklæði.

c) Berið fram Fídjieyjar sjávarþrúgur sem hressandi og næringarríkt snarl eða meðlæti ásamt lime- eða sítrónubátum fyrir aukið bragð.

58. Fídjeyskt brennt eggaldin með kryddjurtum

HRÁEFNI:

- 2 stór eggaldin
- 2 matskeiðar jurtaolía
- 2 hvítlauksgeirar, saxaðir
- 1 msk söxuð fersk timjanblöð
- 1 msk hakkað ferskt rósmarín lauf
- Salt og pipar eftir smekk
- Sítrónubátar, til framreiðslu

LEIÐBEININGAR:

a) Forhitaðu ofninn þinn í 400°F (200°C).

b) Skerið eggaldinin í tvennt eftir endilöngu og skerið kjötið með hníf í þvers og kruss mynstur.

c) Setjið eggaldin helmingana á bökunarplötu, með holdhliðinni upp.

d) Blandið saman jurtaolíu, hakkað hvítlauk, hakkað ferskt timjan og hakkað fersku rósmarín í lítilli skál.

e) Penslið olíu- og kryddjurtablönduna yfir kjötið af eggaldinhelmingunum.

f) Kryddið eggaldinið með salti og pipar eftir smekk.

g) Steikið eggaldinið í forhituðum ofni í um 25-30 mínútur eða þar til holdið er orðið mjúkt og gullbrúnt.

h) Takið ristuðu eggaldinið úr ofninum og látið það kólna aðeins.

i) Berið fram fídjeyskt brennt eggaldin með kryddjurtum með sítrónubátum á hliðinni til að kreista yfir eggaldinið.

59. Fídjeyskt hráfisksalat (Kokoda)

HRÁEFNI:

- 1 pund þétt hvít fiskflök, skorin í teninga (svo sem snapper eða mahi-mahi)
- 1 bolli kókosrjómi
- 1/4 bolli nýkreistur lime safi
- 1 agúrka, afhýdd og skorin í teninga
- 1 tómatur, skorinn í teninga
- 1 lítill laukur, smátt saxaður
- 1 lítill rauður chilipipar, smátt saxaður (valfrjálst, fyrir aukinn hita)
- Salt og pipar eftir smekk
- Saxað ferskt kóríander, til skrauts
- Soðin hvít hrísgrjón eða taro franskar, til framreiðslu

LEIÐBEININGAR:

a) Í blöndunarskál, blandið saman hægelduðum fiski, kókosrjóma og nýkreistum limesafa. Gakktu úr skugga um að fiskurinn sé fullhúðaður í blöndunni.

b) Hyljið skálina með plastfilmu og kælið í ísskáp í um 2 klukkustundir, eða þar til fiskurinn er "eldaður" í sítrussafanum. Sýran í limesafanum mun „elda" fiskinn varlega og gefa honum ceviche-líka áferð.

c) Eftir að fiskurinn hefur verið marineraður skaltu tæma umframvökvann úr skálinni.

d) Bætið hægelduðum agúrkunni, tómötunum, fínt söxuðum lauknum og rauðum chilipipar (ef hann er notaður) í marineraða fiskinn. Blandið öllu varlega saman.

e) Kryddið fídjeyskt hráfisksalat (Kokoda) með salti og pipar eftir smekk.

f) Skreytið með söxuðu fersku kóríander áður en það er borið fram.

g) Berið fram fídjeyskt hráfisksalat með soðnum hvítum hrísgrjónum eða taro flögum fyrir yndislegan og frískandi sjávarrétt.

60. Fijian Coconut Roti

HRÁEFNI:
- 2 bollar alhliða hveiti
- 1 bolli þurrkuð kókoshneta (ósykrað)
- 2 matskeiðar sykur
- 1/2 tsk salt
- 2 matskeiðar smjör, brætt
- 1 bolli heitt vatn (u.þ.b.)

Leiðbeiningar:
a) Í blöndunarskál, blandaðu saman alhliða hveiti, þurrkaðri kókos, sykri og salti.
b) Bætið bræddu smjörinu smám saman út í þurrefnin og blandið vel saman. Blandan á að líkjast grófum mola.
c) Bætið volgu vatni hægt út í, smá í einu, og hnoðið deigið þar til það kemur saman. Þú gætir þurft aðeins meira eða minna en bolla af vatni, svo bætið því smám saman við. Deigið á að vera mjúkt og teygjanlegt.
d) Skiptið deiginu í jafnstóra hluta og rúllið þeim í kúlur.
e) Hitið pönnu eða pönnu sem festist ekki við meðalhita.
f) Taktu eina af deigkúlunum og settu hana á hreint, hveitistráð yfirborð. Fletjið það út í þunnt, kringlótt roti með kökukefli. Þú getur gert þær eins þunnar eða eins þykkar og þú vilt.
g) Flyttu rúlluðu roti varlega yfir á heita pönnu eða pönnu. Eldið það í um það bil 1-2 mínútur á hvorri hlið eða þar til það bólgnar aðeins upp og er með gullbrúna bletti. Þú getur penslað smá smjör á hvorri hlið ef þú vilt.
h) Endurtaktu veltinguna og eldunarferlið fyrir deigkúlurnar sem eftir eru.
i) Berið fram Fijian Coconut Roti heitt, annað hvort eitt og sér eða með uppáhalds karrýinu þínu, chutney eða ídýfu.

61. Fídjeyskt grænt papaya salat

HRÁEFNI:

- 1 grœn papaya, afhýdd og rifin
- 1 gulrót, afhýdd og rifin
- 1/4 bolli rifinn kókos
- 1/4 bolli jarðhnetur, ristaðar og muldar
- 2-3 hvítlauksgeirar, saxaðir
- 1-2 rauð chilipipar, smátt saxaður (stilla að kryddi þínum)
- Safi úr 2 lime
- Salt og sykur eftir smekk

LEIÐBEININGAR:

a) Blandið saman rifnum papaya, gulrót, kókos og hnetum í stóra skál.
b) Blandið hakkaðri hvítlauk, söxuðum chilipipar, limesafa, salti og sykri saman í sérskál.
c) Hellið dressingunni yfir salatið og blandið vel saman.
d) Leyfið salatinu að marinerast í um 15-20 mínútur áður en það er borið fram.

62. Fídjeyskt ananas- og gúrkusalat

HRÁEFNI:

- 1 bolli ferskir ananasbitar
- 1 agúrka, skorin í sneiðar
- 1/4 rauðlaukur, þunnt skorinn
- Fersk kóríanderlauf
- Safi úr 1 lime
- Salt og pipar eftir smekk

LEIÐBEININGAR:

a) Blandið saman ferskum ananasbitum, agúrkusneiðum og þunnt sneiðum rauðlauk í salatskál.

b) Kreistið limesafann yfir salatið og kryddið með salti og pipar.

c) Hrærið hráefninu saman og skreytið með ferskum kóríanderlaufum.

63. Fijian Creamed Taro (Taro í kókoskremi)

HRÁEFNI:
- 2 bollar taró, afhýtt og skorið í teninga
- 1 bolli kókosrjómi
- 1/4 bolli vatn
- 2-3 hvítlauksgeirar, saxaðir
- Salt og pipar eftir smekk

LEIÐBEININGAR:
a) Í potti blandið saman hægelduðum taró, kókosrjóma, vatni og hakkaðri hvítlauk.
b) Kryddið með salti og pipar.
c) Látið malla við vægan hita, hrærið af og til, þar til taróið er meyrt og kókoskremið þykknar.
d) Berið fram þennan rjómalaga fídjeyska tarórétt sem meðlæti, oft parað með grilluðum fiski eða kjöti.

KRYDDINGAR

64. Fídjeyskt kryddað tamarind chutney

HRÁEFNI:

- 1 bolli tamarind deig
- 1/2 bolli púðursykur
- 1/4 bolli vatn
- 2-3 hvítlauksgeirar, saxaðir
- 1-2 rauð chilipipar, smátt saxaður (stilla að kryddi þínum)
- Salt eftir smekk

LEIÐBEININGAR:

a) Blandið saman tamarindkvoða, púðursykri, vatni, söxuðum hvítlauk og söxuðum chilipipar í pott.
b) Eldið við lágan hita, hrærið stöðugt í, þar til blandan þykknar og sykurinn leysist upp.
c) Kryddið með salti eftir smekk.
d) Leyfið chutneyinu að kólna og berið svo fram sem sterkan fídjeyskan forrétt. Það passar vel með steiktu eða grilluðu snarli.

65. Engifer-hvítlauksmauk

HRÁEFNI:

- 1 (4 tommu [10 cm]) stykki engiferrót, afhýdd og saxað
- 12 hvítlauksrif, afhýdd og skorin
- 1 matskeið vatn

LEIÐBEININGAR:

a) Vinnið öll hráefnin í matvinnsluvél þar til þú hefur límalíka þykkt.

66. Fídjeysk heit piparsósa (Buka, Buka)

HRÁEFNI:

- 10-12 rauðar chilipipar (stilltu fjöldann fyrir þann hita)
- 2 hvítlauksgeirar, saxaðir
- 1/4 bolli edik
- Salt eftir smekk

LEIÐBEININGAR:

a) Fjarlægðu stilkana af chilipiparnum og saxaðu þá gróft.

b) Blandið saman chilipiparnum, hakkaðri hvítlauk, ediki og klípa af salti í blandara eða matvinnsluvél.

c) Blandið þar til þú færð slétt sósu.

d) Geymið heitu piparsósuna í flösku eða krukku og notaðu hana til að bæta eldheitum við fídjeyska réttina þína.

67. Fijian Tamarind Dip

HRÁEFNI:

- 1/2 bolli tamarind deig
- 1/4 bolli vatn
- 2 msk sykur
- 1/2 tsk kúmenduft
- 1/2 tsk rautt chili duft (stilla að kryddi þínum)
- Salt eftir smekk

LEIÐBEININGAR:

a) Í litlum potti, blandaðu saman tamarind deiginu og vatni. Hitið það við lágan hita og hrærið þar til tamarindið mýkist.

b) Takið af hitanum og sigtið tamarindblönduna í skál til að fjarlægja fræ og trefjar.

c) Bætið sykri, kúmendufti, rauðu chilidufti og salti við tamarindþykkníð. Blandið vel saman.

d) Látið tamarind ídýfuna kólna áður en hún er borin fram. Þetta er bragðmikið og kryddað krydd sem er fullkomið til að para saman við snarl eða aðalrétti.

68. Fídjieyjar kókoshnetu Sambal

HRÁEFNI:

- 1 bolli nýrifin kókos
- 1/2 bolli niðurskorinn rauðlaukur
- 1-2 rauð chilipipar, smátt saxaður (stilla að kryddi þínum)
- 2 hvítlauksgeirar, saxaðir
- Safi úr 1 lime
- Salt eftir smekk

LEIÐBEININGAR:

a) Blandið saman nýrifinri kókoshnetu, hægelduðum rauðlauk, saxuðum rauðum chilipipar og söxuðum hvítlauk í skál.
b) Kreistið limesafann yfir blönduna og kryddið með salti.
c) Blandið öllu saman og látið standa í nokkrar mínútur til að leyfa bragðinu að blandast saman.
d) Berið fram kókossambalið sem hressandi krydd með ýmsum fídjeyskum réttum.

69. Fídjeysk Taro laufsósa (Rourou Vakasoso)

HRÁEFNI:

- 1 búnt taro lauf, þvegið og saxað
- 1/2 laukur, smátt saxaður
- 2 hvítlauksgeirar, saxaðir
- 1/2 bolli kókosrjómi
- Salt og pipar eftir smekk

LEIÐBEININGAR:

a) Í potti, steikið fínt saxaðan lauk og hakkaðan hvítlauk þar til ilmandi.

b) Bætið söxuðum taro laufunum út í og steikið í nokkrar mínútur þar til þau visna.

c) Hrærið kókosrjómanum, salti og pipar saman við. Látið malla þar til sósan þykknar og taróblöðin eru mjúk.

d) Berið fram taro laufsósuna sem hefðbundið fídjeyskt krydd ásamt hrísgrjónum eða rótargrænmeti.

70. Fídjeyskt súrsað mangó (Toroi)

HRÁEFNI:

- 2 græn (óþroskuð) mangó, afhýdd og skorin í teninga
- 1/2 rauðlaukur, smátt saxaður
- 1-2 rauð chilipipar, smátt saxaður (stilla að kryddi þínum)
- Safi úr 1 lime
- Salt eftir smekk

LEIÐBEININGAR:

a) Í skál, blandaðu saman hægelduðum grænum mangó, fínt söxuðum rauðlauk og rauðum chilipipar.

b) Kreistið limesafann yfir blönduna og kryddið með salti.

c) Blandið öllu saman og látið marinerast í að minnsta kosti 30 mínútur.

d) Berið fram súrsuðu mangóið, þekkt sem Toroi, sem bragðmikið og bragðgott krydd.

71. Fiji Chili Mango Chutney

HRÁEFNI:

- 2 þroskuð mangó, afhýdd, hýdd og skorin í teninga
- 1/2 bolli sykur
- 1/4 bolli edik
- 2-3 rauðar chilipipar, smátt saxaðar (stilltu að kryddi þínum)
- 1/2 tsk engifer, rifinn
- 1/2 tsk malaður negull
- Salt eftir smekk

LEIÐBEININGAR:

a) Blandið saman mangó, sykri, ediki, rauðum chilipipar, engifer, möluðum negul og klípa af salti í pott.

b) Eldið við lágan hita, hrærið af og til, þar til blandan þykknar og mangóið mýkist.

c) Leyfið chutneyinu að kólna og geymið það síðan í krukku. Þessi kryddaði mangó chutney er fullkominn til að bæta sætu og kryddaðu sparki í máltíðirnar þínar.

72. Fídjeyskt kóríander og lime Chutney

HRÁEFNI:
- 1 bolli fersk kóríanderlauf, stilkar fjarlægðir
- Safi úr 2 lime
- 2 hvítlauksgeirar, saxaðir
- 1-2 grænn chilipipar, smátt saxaður
- 1/2 tsk kúmenduft
- Salt eftir smekk

LEIÐBEININGAR:
a) Í matvinnsluvél, blandaðu saman kóríander, limesafa, söxuðum hvítlauk, söxuðum grænum chilipipar, kúmendufti og salti.

b) Blandið þar til þú hefur slétt chutney með björtu, bragðmiklu bragði.

c) Berið þetta kóríander og lime chutney fram sem kryddjurt fyrir grillaða eða steikta rétti.

73. Fídjeysk ananas salsa

HRÁEFNI:

- 1 bolli ferskur ananas í teningum
- 1/2 rauðlaukur, smátt saxaður
- 1 rauð paprika, smátt skorin
- 1-2 rauð chilipipar, smátt saxaður (stilla að kryddi þínum)
- Safi úr 1 lime
- Fersk myntublöð, saxuð
- Salt og pipar eftir smekk

LEIÐBEININGAR:

a) Blandið saman hægelduðum ananas, smátt skornum rauðlauk, rauðum papriku, rauðum chilipipar og söxuðum ferskum myntulaufum í skál.

b) Kreistið limesafann yfir blönduna og kryddið með salti og pipar.

c) Blandið öllu saman og leyfið að standa í nokkrar mínútur til að blanda saman bragðinu.

d) Berið fram þetta hressandi ananas salsa sem krydd fyrir grillað kjöt eða sjávarfang.

EFTIRLITUR

74. Fídjeysk bananakaka

HRÁEFNI:

- 2 maukaðir þroskaðir bananar
- 1 1/2 bollar sjálfhækkandi eða venjulegt hveiti
- 1 bolli sykur
- 3 egg
- 4 matskeiðar smjör, brætt
- 1 tsk matarsódi
- 1/2 bolli mjólk
- 1 tsk lyftiduft (aðeins notað ef þú notar venjulegt hveiti)
- 1 tsk vanilluþykkni
- 1 tsk múskatduft
- 1 tsk duftformaður kanill
- 1 smurt kringlótt kökuform

LEIÐBEININGAR:

a) Forhitið ofninn í 350 gráður F (175 gráður C).

b) Í stórri skál, bætið maukuðum þroskuðum bananum, eggjum, sykri og bræddu smjöri saman við. Blandið varlega saman þar til það er loftkennt.

c) Bætið lyftiduftinu út í (ef þú notar venjulegt hveiti), vanilluþykkni, múskatdufti og duftformi kanil. Blandið öllu saman.

d) Bætið hveitinu smám saman út í og blandið því varlega saman til að tryggja að engir kekkir séu í blöndunni.

e) Þegar blandan hefur blandast rétt saman skaltu setja hana til hliðar og smyrja kökuformið með bræddu smjöri.

f) Hellið kökublöndunni í smurt form.

g) Bakið í 35-45 mínútur eða þar til tannstöngull sem stungið er í miðja kökuna kemur hreinn út og kakan er gullinbrún.

h) Takið kökuna úr ofninum og látið kólna á grind.
i) Þegar hún hefur verið kæld, skerið fídjeysku bananakökuna í sneiðar og berið hana fram sem dýrindis eftirrétt. Njóttu!

75. Fídjeysk Cassava kaka

HRÁEFNI:

- 2 kg kassava, afhýdd og rifin
- 1 dós (400ml) kókosmjólk
- 1 bolli kornsykur
- 1/2 bolli þétt mjólk
- 1/2 bolli uppgufuð mjólk
- 1/4 bolli smjör, brætt
- 1 tsk vanilluþykkni
- Rifin kókos (valfrjálst, fyrir álegg)

LEIÐBEININGAR:

a) Forhitaðu ofninn þinn í 350°F (175°C). Smyrjið bökunarform eða form.

b) Í stórri skál, blandaðu saman rifnum kassava, kókosmjólk, kornsykri, þéttri mjólk, uppgufðri mjólk, bræddu smjöri og vanilluþykkni. Blandið vel saman þar til allt er jafnt blandað.

c) Hellið kassavablöndunni í smurt bökunarformið og dreifið jafnt yfir.

d) Stráið rifnum kókos yfir blönduna ef vill.

e) Bakið í forhituðum ofni í um 45-50 mínútur eða þar til toppurinn er gullinbrúnn og miðjan stinn.

f) Leyfið kassavökukökunni að kólna áður en hún er skorin í sneiðar og borin fram.

76. Fijian Raita

HRÁEFNI:

- 1 bolli hrein jógúrt
- 1 agúrka, afhýdd, fræhreinsuð og rifin
- 1 msk söxuð fersk myntulauf
- 1 matskeið saxað ferskt kóríander
- 1/2 tsk malað kúmen
- 1/2 tsk malað kóríander
- Salt og pipar eftir smekk

LEIÐBEININGAR:

a) Í blöndunarskál, blandaðu saman venjulegri jógúrt, rifinni agúrku, söxuðum ferskum myntulaufum, hakkað ferskt kóríander, malað kúmen, malað kóríander, salt og pipar.

b) Blandið öllu saman þar til það hefur blandast vel saman.

c) Lokið skálinni og kælið raita í að minnsta kosti 30 mínútur til að leyfa bragðinu að blandast saman.

d) Áður en hún er borin fram skaltu hræra endanlega í Fijian Raita og smakka til með kryddi. Stillið með meira salti eða pipar ef þarf.

e) Berið fram Fijian Raita sem hressandi meðlæti eða meðlæti með karrý eða grilluðu kjöti.

77. Fídjeyskar grisjur soðnar í kókoshnetu

HRÁEFNI:

- 4 þroskaðar grjónir, skrældar og skornar í sneiðar
- 1 bolli kókosmjólk
- 2 matskeiðar kornsykur (valfrjálst, stilla eftir smekk)
- Klípa af salti
- 1 matskeið jurtaolía
- Rifin kókos (valfrjálst, til skrauts)

LEIÐBEININGAR:

a) Hitið jurtaolíuna í stórri pönnu yfir meðalhita.

b) Bætið sneiðum grjónunum á pönnuna og steikið þær í nokkrar mínútur á hvorri hlið þar til þær eru léttbrúnar og karamelluberaðar.

c) Hellið kókosmjólkinni út í og bætið við strásykrinum (ef það er notað) og smá salti.

d) Látið grjónirnar malla í kókosmjólkinni í um 5-10 mínútur eða þar til þær eru orðnar mjúkar og mjúkar.

e) Valfrjálst: Skreytið með rifnum kókos fyrir aukna áferð og kókoshnetubragð.

f) Berið fram Fídjieyjar grisjur soðnar í kókos sem dýrindis meðlæti eða eftirrétt.

78. Fídjeysk ananasbaka

HRÁEFNI:

- 1 bökubotn (tilbúið eða heimabakað)
- 1 bolli ferskur ananas, saxaður
- 1/2 bolli sykur
- 2 msk alhliða hveiti
- 2 egg, þeytt
- 1/4 bolli smjör, brætt
- 1/2 tsk vanilluþykkni

LEIÐBEININGAR:

a) Forhitaðu ofninn þinn í 350°F (180°C).
b) Setjið tertubotninn í tertuform.
c) Blandið saman saxuðum ananas, sykri, hveiti, þeyttum eggjum, bræddu smjöri og vanilluþykkni í skál.
d) Blandið vel saman og hellið blöndunni í bökubotninn.
e) Bakið í um 30-40 mínútur, eða þar til bakan er orðin stíf og toppurinn gullinn.
f) Leyfðu því að kólna áður en þú berð þessa yndislegu fídjeysku ananasböku fram.

79. Custard baka í Fiji stíl með áleggi

Hráefni:

- 125 g mildað smjör
- 1 ½ bolli sjálfhækkandi hveiti
- 2 egg
- ½ tsk Vanilla
- 1 bolli sykur
- Custard duft
- 2 bollar mjólk
- Gulur matarlitur (valfrjálst)

ÁFTALI (VALFRJÁLST)

- Þétt mjólk / þeyttur rjómi
- Muldar jarðhnetur
- Niðurskorinn ávöxtur

LEIÐBEININGAR:

a) Kremið ½ bolli af sykri og smjöri, bætið eggjum og vanillu saman við og blandið saman

b) Bætið síðan hveiti út í og hnoðið varlega saman í deig

c) Smyrjið lítið bökunarform, álplötu eða ramekin með smjöri og dreifið deiginu á bakkann. Dreifið deiginu upp til hliðanna og dreifið jafnt

d) Búðu til lítil göt með gaffli á deigið og bakaðu þar til það er gullið og eldað við 180-200 gráður í ofni (á að taka um það bil 20-25 mínútur)

e) Á meðan sætabrauðið er að bakast, undirbúið kökufyllinguna með því að fylgja leiðbeiningunum á pakkanum til að búa til að minnsta kosti 2 bolla af mjólkinni og afganginum af sykri – bætið við gulum matarlit ef vill og látið kólna

f) Þegar sætabrauðið er tilbúið skaltu kæla og síðan hella vanlíðan ofan á

g) Toppið með þeyttum rjóma, þéttri mjólk, hnetum eða niðurskornum ávöxtum (ferskjur eða mangó fara frábærlega með)

h) Geymið í kæli yfir nótt og berið fram kælt.

80. Fídjeyskur bananatapíókabúðingur

HRÁEFNI:
- 1/2 bolli lítill perlu tapíóka
- 3 bollar kókosmjólk
- 1/2 bolli sykur
- 4 þroskaðir bananar, maukaðir
- 1/2 tsk vanilluþykkni
- Klípa af salti

LEIÐBEININGAR:
a) Leggið tapiocaið í bleyti í vatni í um það bil 30 mínútur og tæmdu síðan.
b) Blandið saman tapíóka, kókosmjólk, sykri og klípu af salti í pott.
c) Eldið við lágan hita, hrærið oft, þar til blandan þykknar.
d) Takið af hitanum og hrærið maukuðum bönunum og vanilluþykkni saman við.
e) Látið búðinginn kólna áður en hann er borinn fram. Það er hægt að njóta þess heitt eða kælt.

81. Fídjeyskur ananas og kókoshneta

HRÁEFNI:

- 1 stór svampkaka eða pundkaka, í teningum
- 1 bolli ferskur ananas, skorinn í teninga
- 1 bolli kókosrjómi
- 1 bolli þungur rjómi, þeyttur
- 1/2 bolli sykur
- 1/2 bolli ristaðar kókosflögur
- Fersk myntulauf til skrauts

LEIÐBEININGAR:

a) Leggðu kökuna í teninga, hægelduðum ananas og ristuðu kókosflögum í smáréttadisk eða glerskál.
b) Dreypið kókoskreminu yfir lögin.
c) Endurtaktu lögin þar til rétturinn er fylltur.
d) Toppið með þeyttum rjóma og sykri.
e) Skreytið með fersku myntulaufi.
f) Kældu smámunina í að minnsta kosti klukkutíma áður en hún er borin fram.

82. Fídjeysk kókosterta (Tavola)

HRÁEFNI:
- 1 forgerð bökubotn
- 2 bollar nýrifin kókos
- 1 bolli sykur
- 1/4 bolli smjör, brætt
- 2 egg, þeytt
- 1/2 tsk vanilluþykkni

LEIÐBEININGAR:
a) Forhitaðu ofninn þinn í 350°F (180°C).
b) Setjið tertubotninn í tertuform.
c) Blandið saman rifnum kókoshnetu, sykri, bræddu smjöri, þeyttum eggjum og vanilluþykkni í blöndunarskál.
d) Blandið vel saman og hellið blöndunni í bökubotninn.
e) Bakið í um 30-40 mínútur, eða þar til tertan er stíf og toppurinn gullinn.
f) Leyfðu því að kólna áður en þú sneiðir og berið þessa fídjeysku kókostertu fram.

83. Fídjeyskur banani og kókosbúðingur

HRÁEFNI:
- 4 þroskaðir bananar, maukaðir
- 1/2 bolli rifin kókos
- 1/2 bolli sykur
- 1/2 bolli alhliða hveiti
- 1/2 tsk lyftiduft
- 1/4 bolli smjör, brætt
- 1/2 bolli mjólk

LEIÐBEININGAR:
a) Forhitaðu ofninn þinn í 350°F (180°C).
b) Blandið saman maukuðum bananum, rifnum kókoshnetu, sykri, hveiti og lyftidufti í blöndunarskál.
c) Hrærið bræddu smjöri og mjólk saman við til að mynda slétt deig.
d) Hellið deiginu í smurt eldfast mót og bakið í um 30-40 mínútur, eða þar til toppurinn er gullinn og tannstöngull kemur hreinn út.
e) Látið það kólna áður en þið berið fram þennan huggulega fídjeyska banana- og kókosbúðing.

84. Fídjieyjar Taro og kókoshnetukúlur (Kokoda Maravu)

HRÁEFNI:

- 2 bollar taro, soðið og maukað
- 1 bolli rifinn kókos
- 1/2 bolli sykur
- 1/4 bolli hveiti
- 1/2 tsk vanilluþykkni

LEIÐBEININGAR:

a) Blandið saman maukuðu taró, rifnum kókoshnetu, sykri, hveiti og vanilluþykkni í blöndunarskál.
b) Blandið vel saman til að mynda deig.
c) Mótaðu blönduna í litlar kúlur og settu þær á bakka.
d) Kældu taró- og kókosbollurnar í kæli í um klukkustund áður en þær eru bornar fram.

85. Fídjeyskt ananas- og bananabrauð

HRÁEFNI:

- 1 1/2 bollar alhliða hveiti
- 1 tsk lyftiduft
- 1/2 tsk matarsódi
- 1/2 bolli sykur
- 2 þroskaðir bananar, maukaðir
- 1/2 bolli mulinn ananas, tæmd
- 1/4 bolli jurtaolía
- 2 egg
- 1/2 tsk vanilluþykkni

LEIÐBEININGAR:

a) Forhitaðu ofninn þinn í 350°F (180°C) og smyrjið brauðform.

b) Blandið saman hveiti, lyftidufti, matarsóda og sykri í skál.

c) Í annarri skál, blandið maukuðum bönunum, muldum ananas, jurtaolíu, eggjum og vanilluþykkni saman við.

d) Blandið saman blautu og þurru hráefnunum og hellið deiginu í smurt brauðformið.

e) Bakið í um 45-50 mínútur, eða þar til tannstöngull kemur hreinn út.

f) Látið ananas og bananabrauð kólna áður en það er skorið í sneiðar og borið fram.

DRYKKIR

86. Fídjeyskur Kava rótardrykkur

HRÁEFNI:

- Kava rót duft eða mulin kava rót
- Vatn

LEIÐBEININGAR:

a) Í stóra skál eða "tanoa" (hefðbundin kava skál), settu viðeigandi magn af kava rót dufti eða mulinni kava rót.

b) Bætið vatni í skálina og hnoðið eða hrærið kavarótina vel.

c) Haltu áfram að hnoða eða hræra blönduna þar til vökvinn verður drullugóður og kava útdrættirnir blandast í vatnið.

d) Hellið kavadrykknum í gegnum sigi eða klút til að fjarlægja allar fastar agnir og skilur aðeins eftir vökvann sem er innrennsli með kava.

e) Berið fram fídjeyskan Kava rótardrykk í litlum sameiginlegum bollum sem kallast „bilo" eða „taki" til að deila með vinum og gestum.

f) Athugið: Kava rótardrykkur er hefðbundinn fídjeyskur drykkur sem hefur verið neytt um aldir í félags- og menningarsamkomum. Það er nauðsynlegt að drekka kava á ábyrgan hátt og vera meðvitaður um hugsanlegar milliverkanir við lyf eða heilsufar.

87. Fídjeysk bananasmoothie

HRÁEFNI:

- 2 þroskaðir bananar
- 1/2 bolli jógúrt
- 1/2 bolli kókosmjólk
- 2 msk hunang (stilla eftir smekk)
- Ísmolar (valfrjálst)

LEIÐBEININGAR:

a) Blandaðu saman þroskaðum bananum, jógúrt, kókosmjólk og hunangi í blandara.

b) Bætið við ísmolum ef þið viljið kaldari smoothie.

c) Blandið þar til slétt og rjómakennt.

d) Hellið í glös og njóttu fídjeyska bananasmoothiesins.

88. Fídjeyskt ananaskýla

HRÁEFNI:

- 2 bollar ferskur ananassafi
- 1/2 bolli appelsínusafi
- 1/4 bolli lime safi
- 1/4 bolli sykur
- 2 bollar freyðivatn
- Ananas og lime sneiðar til skrauts

LEIÐBEININGAR:

a) Blandið saman ferskum ananassafa, appelsínusafa, limesafa og sykri í könnu. Hrærið þar til sykurinn leysist upp.

b) Bætið við freyðivatni og hrærið varlega.

c) Berið fram fídjeyskan ananaspunch í glösum fylltum með ís og skreytið með ananas og lime sneiðum.

89. Fídjeyskur kókos- og rommkokteill

HRÁEFNI:

- 2 oz hvítt romm
- 1 oz kókosrjómi
- 3 oz ananassafi
- Mulinn ís
- Ananas sneið og maraschino kirsuber til skrauts

LEIÐBEININGAR:

a) Blandið saman hvítu rommi, kókosrjóma og ananassafa í hristara.
b) Hristið vel með ís þar til það er kólnað.
c) Sigtið kokteilinn í glas fyllt með muldum ís.
d) Skreytið með ananas sneið og maraschino kirsuber.

90. Fídjeyskur engiferbjór

HRÁEFNI:

- 1 bolli ferskt engifer, afhýtt og skorið í sneiðar
- 2 bollar sykur
- 2 bollar vatn
- Safi úr 2 sítrónum
- Kolsýrt vatn

LEIÐBEININGAR:

a) Blandið saman ferskum engifer, sykri og vatni í pott. Látið suðuna koma upp og látið malla í um 15-20 mínútur.

b) Látið engiferblönduna kólna og sigtið hana til að fjarlægja engiferbitana.

c) Blandið sítrónusafanum saman við.

d) Til að bera fram skaltu fylla glas með ís, bæta við hluta af engifersírópinu og fylla það upp með kolsýrðu vatni. Stilltu styrkinn að þínum smekk.

91. Fijian Papaya Lassi

HRÁEFNI:

- 1 þroskuð papaya, afhýdd, fræhreinsuð og skorin í teninga
- 1 bolli jógúrt
- 1/2 bolli kókosmjólk
- 2-3 msk hunang (stilla eftir smekk)
- Ísmolar (valfrjálst)

LEIÐBEININGAR:

a) Blandaðu saman þroskaðri papaya, jógúrt, kókosmjólk og hunangi í blandara.
b) Bætið við ísmolum ef þið viljið kaldari drykk.
c) Blandið þar til slétt og rjómakennt.
d) Hellið í glös og njótið hressandi fídjeyska papaya lassi.

92. Fijian Rum Punch

HRÁEFNI:

- 2 oz dökkt romm
- 2 oz ananassafi
- 2 oz appelsínusafi
- 1 oz lime safi
- 1 oz grenadínsíróp
- Ananas og appelsínu sneiðar til skrauts

LEIÐBEININGAR:

a) Blandið saman dökku rommi, ananassafa, appelsínusafa, limesafa og grenadínsírópi í hristara.

b) Hristið vel með ís þar til það er kólnað.

c) Sigtið kýlið í glas fyllt með ís.

d) Skreytið með ananas og appelsínusneiðum fyrir suðrænan blæ.

93. Fídjeyskur ananas og kókoshnetusmoothie

HRÁEFNI:

- 1 bolli ferskir ananasbitar
- 1/2 bolli kókosmjólk
- 1/2 bolli jógúrt
- 2-3 msk hunang (stilla eftir smekk)
- Ísmolar (valfrjálst)

LEIÐBEININGAR:

a) Blandaðu saman ferskum ananasbitum, kókosmjólk, jógúrt og hunangi í blandara.

b) Bætið við ísmolum ef þið viljið kaldari smoothie.

c) Blandið þar til slétt og rjómakennt.

d) Hellið í glös og njótið suðræns fídjeyskans ananas og kókoshnetusmoothie.

94. Fijian Mango Lassi

HRÁEFNI:

- 1 þroskað mangó, afhýtt, skorið og skorið í teninga
- 1 bolli jógúrt
- 1/2 bolli mjólk
- 2-3 msk hunang (stilla eftir smekk)
- Ísmolar (valfrjálst)

LEIÐBEININGAR:

a) Blandaðu saman þroskuðu mangói, jógúrt, mjólk og hunangi í blandara.

b) Bætið við ísmolum ef þið viljið kaldari drykk.

c) Blandið þar til slétt og rjómakennt.

d) Hellið í glös og njótið þessa yndislega fídjeyska mangó lassi.

95. Fijian Coconut Mojito

HRÁEFNI:

- 2 oz hvítt romm
- 2 oz kókosrjómi
- Safi úr 1 lime
- 6-8 fersk myntublöð
- 1 tsk sykur
- Klúbbgos

LEIÐBEININGAR:

a) Blandið ferskum myntulaufunum og sykrinum í glas til að losa um bragðið af myntu.
b) Bætið hvítu rommi, kókosrjóma og limesafa út í.
c) Fylltu glasið af klaka og fylltu það af soda.
d) Hrærið varlega og skreytið með myntugrein og limesneið.

96. Fídjeyskt engifer og sítrónugras te

HRÁEFNI:

- 2-3 sneiðar af fersku engifer
- 2-3 stilkar af sítrónugrasi, skornir í bita
- 2 bollar vatn
- Hunang eða sykur eftir smekk

LEIÐBEININGAR:

a) Látið suðuna koma upp í potti og bætið engiferinu og sítrónugrasinu út í.

b) Látið malla í um það bil 10-15 mínútur til að fylla bragðið.

c) Takið af hitanum og sættið með hunangi eða sykri eftir smekk.

d) Sigtið teið og berið fram heitt. Þetta er róandi og ilmandi fídjeyskt jurtate.

97. Fídjeysk tamarind kælir

HRÁEFNI:
- 1 bolli tamarind deig
- 4 bollar vatn
- 1/4 bolli sykur (stilla eftir smekk)
- Ísmolar

LEIÐBEININGAR:

a) Blandið saman tamarind kvoða, vatni og sykri í könnu. Hrærið þar til sykurinn er uppleystur.

b) Bætið við ísmolum til að kæla drykkinn.

c) Berið fram fídjeyskan tamarindkælir fyrir sæta og bragðmikla hressingu.

98. Fídjeyskt Kava Colada

HRÁEFNI:

- 2 oz kava rót þykkni (unninn samkvæmt hefðbundinni fídjeyskri aðferð)
- 2 oz kókosrjómi
- 2 oz ananassafi
- 1 oz hvítt romm
- Mulinn ís
- Ananasbátur og maraschino kirsuber til skrauts

LEIÐBEININGAR:

a) Útbúið kava rótarþykkni samkvæmt hefðbundinni fídjeyskri aðferð.
b) Í hristara skaltu sameina kava rótarþykknið, kókosrjóma, ananassafa og hvítt romm.
c) Hristið vel með ís þar til það er kólnað.
d) Sigtið kokteilinn í glas fyllt með muldum ís.
e) Skreytið með ananasbát og maraschino kirsuber.

99. Fídjeysk vatnsmelóna- og myntukælir

HRÁEFNI:

- 4 bollar vatnsmelóna í teningum
- Safi úr 2 lime
- 1/4 bolli fersk myntulauf
- 2-3 msk hunang (stilla eftir smekk)
- Ísmolar

LEIÐBEININGAR:

a) Blandaðu vatnsmelónu, limesafa, ferskum myntulaufum og hunangi saman í blandara.

b) Bætið við ísmolum til að kæla drykkinn.

c) Blandið þar til slétt og frískandi.

d) Berið fram fídjeyska vatnsmelónu- og myntukælirann fyrir endurlífgandi upplifun.

100. Fiji ástríðukokteill

Hráefni:
- 6 aura ástríðusafa
- 2 aura ananassafi
- 6 aura dökkt romm (fídjeyskt romm valið)
- 6 aura þrefaldar sek
- mulinn ís
- ferskir ávextir (til að skreyta)

LEIÐBEININGAR:
a) Blandið saman safi, rommi og Triple Sec.
b) Fylltu blandarann með muldum ís.
c) Hrærið þar til það er slury.
d) Berið fram í smjörlíkisglösum, skreytt með ávöxtum.

NIÐURSTAÐA

Þegar við ljúkum matreiðsluferð okkar í gegnum „UPPSKRIFTSBÓK AF TROPICAL FIJI BRAGÐI", vonum við að þú hafir ekki aðeins kannað einstaka bragðblönduna sem skilgreinir matargerð Fídjieyja heldur einnig fengið innblástur til að koma með bragð af Fídjieyjum inn í þitt eigið eldhús.

Fídjeysk matargerð, með áherslu á ferskt, staðbundið hráefni og menningarlegan fjölbreytileika, býður upp á yndislegt úrval af réttum sem hægt er að njóta og deila með vinum og fjölskyldu. Hlýjan af fídjeyskri gestrisni og suðræna paradísin sem þjónar sem bakgrunnur þessara bragðtegunda getur nú verið hluti af matreiðsluskránni þinni.

Við hvetjum þig til að halda áfram könnun þinni á matreiðslu Fídjieyja, aðlaga og búa til rétti sem endurspegla þinn eigin smekk og upplifun. Hvort sem þú ert að endurskapa hefðbundnar fídjeyskar veislur eða að leggja áherslu á fídjeyskan innblásna rétti, megi matreiðsluferðin þín fyllast gleði, bragði og smá paradís. Vinaka vakalevu (þakka þér kærlega fyrir), og hér eru fleiri dýrindis máltíðir innblásnar af einstökum samruna fídjeyskra bragða.

www.ingramcontent.com/pod-product-compliance
Lightning Source LLC
Chambersburg PA
CBHW071311110526
44591CB00010B/859